ഒ എൻ വി

സ്നേഹാക്ഷരങ്ങളിലെ ഉപ്പ്

onv
snehaksharangalile uppu

•

onv / m a babi

•

first edition
march 2013

•

typesetting
star communications, thiruvananthapuram

•

published
chintha publishers, thiruvananthapuram

•

cover
ambeesh

വിതരണം

ദേശാഭിമാനി ബുക്ക് ഹൗസ്

H O തിരുവനന്തപുരം-695 035
www.chinthapublishers.com
chinthapublishers@gmail.com

ബ്രാഞ്ചുകൾ

ഹെഡ്ഡാഫീസ് ബ്രാഞ്ച് കുന്നുകുഴി • ഓവർബ്രിഡ്ജ് തിരുവനന്തപുരം • കെ എസ് ആർ ടി സി ബസ് സ്റ്റേഷൻ ആലപ്പുഴ • കെ എസ് ആർ ടി സി ബസ് സ്റ്റേഷൻ എറണാകുളം • മച്ചിങ്ങൽ ലെയ്ൻ തൃശൂർ • ഐ ജി റോഡ് കോഴിക്കോട് • കെ എസ് ആർ ടി സി ബസ് സ്റ്റേഷൻ കോഴിക്കോട് • എൻ ജി ഒ യൂണിയൻ ബിൽഡിങ് കണ്ണൂർ • സെൻട്രൽ ബസ് ടെർമിനൽ കോംപ്ലക്സ് താവക്കര കണ്ണൂർ

CO - 1823 / 3015
ISBN - 978-93-82328-24-7

ഒ എൻ വി
സ്നേഹാക്ഷരങ്ങളിലെ ഉപ്പ്

ഒ എൻ വി / എം എ ബേബി

ചിന്ത പബ്ലിഷേഴ്സ്

ഒ എൻ വി കുറുപ്പ്

ജ്ഞാനപീഠ ജേതാവ്

കൊല്ലം ജില്ലയിലെ ചവറയിൽ 1931 ൽ ജനിച്ചു. മുപ്പതുവർഷം കേരളത്തിലെ വിവിധ ഗവൺമെന്റ് കോളേജുകളിൽ അധ്യാപകൻ. ഒരുവർഷം കാലിക്കറ്റ് സർവകലാശാലാ മലയാള വിഭാഗത്തിൽ വിസിറ്റിങ് പ്രൊഫസർ. കേന്ദ്ര സാഹിത്യ അക്കാദമി ഭരണസമിതിയംഗം, നാഷണൽ ഫെഡറേഷൻ ഓഫ് പ്രോഗ്രസീവ് റൈറ്റേഴ്സ് ദേശീയാധ്യക്ഷൻ, ഇന്ത്യൻ പെർഫോമിങ് റൈറ്റേഴ്സ് സൊസൈറ്റി ഡയറക്ടർ ബോർഡംഗം തുടങ്ങിയ പദവികൾ. കവിതകളും ഗദ്യകൃതികളും, കാൾ മാർക്സ്, ലോർക്ക, പുഷ്കിൻ പരിഭാഷകളുമുൾപ്പെടെ അമ്പതു കൃതികൾ.

കേരള സർവകലാശാല ഓണററി ഡി. ലിറ്റ് ബിരുദം. കേന്ദ്ര-കേരള സാഹിത്യ അക്കാദമി അവാർഡുകൾ, എസ്സെനിൻ മെഡൽ (മോസ്കോ), എഴുത്തച്ഛൻ പുരസ്കാരം, വള്ളത്തോൾ പുരസ്കാരം, ആശാൻ പ്രൈസ്, ഉള്ളൂർ അവാർഡ്, വയലാർ അവാർഡ്, ഖുറം ജോഷ്വാ ജന്മശതാബ്ദി പുരസ്കാരം (ആന്ധ്ര), ഭാരതീയ ഭാഷാ പരിഷത് അവാർഡ് (കൊൽക്കത്ത), ചലച്ചിത്രഗാനങ്ങൾക്കുള്ള ദേശീയ അവാർഡ്, 13 സംസ്ഥാന അവാർഡുകൾ, പത്മവിഭൂഷൺ തുടങ്ങി നിരവധി പുരസ്കാരങ്ങൾ.

വിലാസം : ഇന്ദീവരം
ടാഗോർ നഗർ
തിരുവനന്തപുരം - 14

എം എ ബേബി

സി പി ഐ (എം) പൊളിറ്റ്ബ്യൂറോ അംഗം. എസ് എഫ് ഐ യുടെ മുൻ അഖിലേന്ത്യാ പ്രസിഡണ്ട്. ഡി വൈ എഫ് ഐ യുടെ മുൻ അഖിലേന്ത്യാ പ്രസിഡണ്ട്. 1986 മുതൽ 1998 വരെ രാജ്യസഭാ അംഗം. 2006 ൽ ചുമതലയേറ്റ ഇടതുപക്ഷ ജനാധിപത്യമുന്നണി മന്ത്രിസഭയിൽ വിദ്യാഭ്യാസ സാംസ്കാരിക വകുപ്പുമന്ത്രി. ക്യൂബൻ ഐക്യദാർഢ്യ മൂവ്മെന്റിന്റെ സ്ഥാപനത്തിൽ നിർണായക പങ്കുവഹിച്ചു. 1991 മുതൽ 1998 വരെ ഇതിന്റെ കൺവീനർ. നോം ചോംസ്കിയെക്കുറിച്ചുള്ള ഗ്രന്ഥവും, സാമ്രാജ്യത്വ അധിനിവേശത്തെക്കുറിച്ചുള്ള ഗ്രന്ഥവും എഡിറ്റ് ചെയ്തിട്ടുണ്ട്. യുവജന പ്രസ്ഥാനത്തിന്റെ ചരിത്രം, സ്വാശ്രയ വിദ്യാഭ്യാസമേഖല ഇവയെക്കുറിച്ചുള്ള ഗ്രന്ഥങ്ങൾ രചിച്ചിട്ടുണ്ട്.

ഭാര്യ : ബെറ്റി ലൂയിസ്
മകൻ : അശോക് ബെറ്റി നെൽസൻ

ഉള്ളടക്കം

സ്നേഹാക്ഷരങ്ങളിലെ
ഉപ്പ്

1

ഒളിമങ്ങാത്ത ഓർമകൾ

എം എ ബേബി : മലയാളത്തിന്റെ പ്രിയ കവി ഒ എൻ വി സാർ 80-ാം പിറന്നാളിന്റെ പടിവാതിലിലാണ്. ഈ ആഹ്ലാദനിമിഷത്തിലാണ് ലോകത്തെവിടെയും ഉള്ള മലയാളികളെ സന്തോഷത്തിന്റെ ഔന്നത്യങ്ങളിൽ എത്തിച്ചുകൊണ്ട് ജ്ഞാനപീഠപുരസ്കാര ലബ്ധിയുടെ വാർത്തയെത്തുന്നത്. ആ ആഹ്ലാദത്തിന് വീണ്ടും മാണിക്യമണിയിച്ചുകൊണ്ട് ഗവൺമെന്റ് നൽകുന്ന ഏറ്റവും വലിയ അംഗീകാരങ്ങളിലൊന്നായ പത്മവിഭൂഷണും ഒ എൻ വി സാറിന്റെ പ്രതി

ഭയ്ക്ക് അംഗീകാരമായി എത്തിച്ചേർന്നിരിക്കുന്നു. ഒ എൻ വിയുടെ കവിതയിലേക്കും സർഗാത്മകജീവിതത്തിലേക്കുമൊക്കെ പലതവണ ചർച്ചകളും അഭിമുഖങ്ങളും കടന്നുചെന്നിട്ടുണ്ട്. ഒ എൻ വിയും പത്നി സരോജിനിച്ചേച്ചിയും തമ്മിൽ കണ്ടുമുട്ടിയതിൽനിന്ന് തുടങ്ങിയാൽ എങ്ങനെയാവും എന്നാണ് ഞാൻ ആലോചിക്കുന്നത്.

ഒ എൻ വി : മഹാരാജാസ് കോളേജിലെ ഞാൻ പഠിപ്പിച്ച മലയാളം എം എ ആദ്യബാച്ചിലെ വിദ്യാർഥിനിയായിരുന്നു, പിന്നീട് ജീവിത പങ്കാളിയായിത്തീർന്ന സരോജിനി എന്ന ഈ ഇടതുവശത്തിരിക്കുന്ന സ്ത്രീകഥാപാത്രം. ഞങ്ങൾക്ക് ഒരു സംസ്കൃതം പ്രൊഫസർ ഉണ്ടായിരുന്നു. അദ്ദേഹം വളരെ പ്രായമായതിന് ശേഷം അണ്ണാമല യൂണിവേഴ്സിറ്റിയിൽ ഡെപ്യൂട്ടേഷനായിട്ട് പോയി-അദ്ദേഹം പൊതുവെ ഒരു സ്ത്രീവിദ്വേഷി എന്നാണ് അറിയപ്പെട്ടിരുന്നത് – പക്ഷേ തിരിച്ചുവന്നപ്പോൾ അദ്ദേഹത്തോടൊപ്പം അദ്ദേഹത്തിന്റെ സമപ്രായമുള്ള ഒരു സ്ത്രീ കൂടെയുണ്ടായിരുന്നു. അവർ ഒരു പണ്ഡിതയായിരുന്നു. അവരെ അദ്ദേഹം അവിടെവച്ച് വിവാഹം കഴിച്ചിരുന്നു. ഇവിടെ എല്ലാവരും അമ്പരന്നു. അദ്ദേഹം തിരിച്ച് സ്റ്റാഫ് റൂമിൽ വന്നപ്പോൾ ചോദിച്ചു: "ഹാ, എന്തായിത് സാർ, അങ്ങോട്ട് ഒറ്റയ്ക്ക് പോയി

ഇപ്പോൾ രണ്ടായിട്ട് വന്നല്ലോ. അത് പ്രേമവിവാഹമായിരുന്നു എന്നൊക്കെ പറയുന്നു. സാറിന് പ്രേമിക്കാൻ കഴിയുമോ" എന്നൊക്കെ ചോദിച്ചു. അപ്പോൾ അദ്ദേഹം പറഞ്ഞു: "അതേ എപ്പോഴാ നമുക്ക് ജലദോഷം പിടിപെടുക എന്നറിയാൻ പറ്റോ? അതുപോലെയാണ്."

അതുവരെ ഏതാണ്ട് നമ്മുടെ വിപ്ലവ പ്രസ്ഥാനത്തിന്റെതായ ചിട്ടവട്ടങ്ങളിൽ, സ്ത്രീകളെ നോക്കുന്നതുപോലും വലിയൊരു അപരാധമാണ് എന്ന മട്ടിൽ ഒക്കെയാണ് ജീവിച്ചത്. അങ്ങനെ ഇവരെ കണ്ടു. ഇഷ്ടപ്പെട്ടു. എങ്കിലും മറ്റു പലരും ധരിച്ചിരിക്കുന്നതുപോലെയോ വ്യാഖ്യാനിക്കാൻ ശ്രമിച്ചതുപോലെയോ അല്ല. ആദ്യമായിട്ട് ഇഷ്ടം ചോദിച്ചു, ഇഷ്ടമാണെന്നറിഞ്ഞപ്പോൾ പിന്നെ ഔപചാരികമായി അച്ഛനെയും അതുപോലെ വീട്ടുകാരെയും ഒക്കെ അറിയിച്ചു. മുൻകൈയെടുത്തത് മഹാരാജാസ് കോളേജിലെ പ്രൊഫസർമാരായിരുന്നു.

എം എ ബേബി : പക്ഷേ നിങ്ങൾ തമ്മിൽ സംസാരിക്കുന്നതിന് ആരാണ് മുൻകൈയെടുത്തത്.

ഒ എൻ വി : സംസാരിച്ചില്ല. ഒരു കുറിപ്പ് കൊടുത്തു. ഇങ്ങനെ ഒരു ഐഡിയ ഉണ്ട്, എന്ത് പറയുന്നു എന്നു ചോദിച്ചു.

സരോജിനിച്ചേച്ചി : സംസാരിക്കാനൊക്കെ പേടിയായിരുന്നു ബേബീ... (ചിരി). ആദ്യം ക്ലാസിൽ വന്ന് കണ്ടപ്പോൾ ഞങ്ങൾക്കാർക്കും ഇഷ്ടമുണ്ടായിരുന്നില്ല. ഒറ്റക്കുട്ടിക്കും ഇഷ്ടമല്ല. എന്നുവെച്ചാൽ 26 വയസോ മറ്റോ പ്രായം. അന്ന് അത്ര ചെറുപ്പമാണ്. പക്ഷേ അവിടെയുള്ള എല്ലാ അധ്യാപകരും—ഞങ്ങൾ എം എ സ്റ്റുഡൻസ് അല്ലേ- ഞങ്ങളുടെ അടുത്ത് വളരെ ഫ്രണ്ട്ലി ആണ്. ഇത് ഭയങ്കര ഗൗരവത്തിന്റെ ഒരു മുഖംമൂടിയണിഞ്ഞാണ് ഞങ്ങളുടെ മുന്നിൽ വന്നു നിൽക്കുന്നത്.

ഒ എൻ വി : മുഖംമൂടിയല്ല (ചിരി). മുഖംമൂടിയല്ല.

സരോജിനിച്ചേച്ചി : അപ്പോൾ ഞങ്ങൾ പറഞ്ഞു ഇതൊന്ന് ഉടച്ചെടുക്കണം. ഞങ്ങൾ റാഗിങ്ങിനുവരെ പല പദ്ധതികളും ഇട്ടതാ- ഞങ്ങൾ ഫ്രണ്ട്സ് ഒക്കെ കൂടെ.

ഒ എൻ വി : വളരെ രസകരമായ സംഗതി ഓർമവരികയാണ്. ഇവരൊക്കെ, ഈ പെൺകുട്ടികൾ ക്ലാസിലിരുന്നാൽ..

സരോജിനിച്ചേച്ചി : (ചിരിച്ചുകൊണ്ട്) ഗിഗ്ലിങ്

ഒ എൻ വി : പരസ്പരം ഓരോന്ന് പറഞ്ഞു ചിരിക്കും. ഞാൻ കൈയോടെ പിടിക്കും. അപ്പോൾ അതിൽ ഏറ്റവും വലിയൊരു വിഷമം തോന്നിയത് ഇദ്ദേഹത്തിന്റെ...

സരോജിനിച്ചേച്ചി : എന്റെ ഏറ്റവും അടുത്ത സുഹൃത്ത് സിസ്റ്ററാണ്.

എം എ ബേബി : കന്യാസ്ത്രീ?

സരോജിനിച്ചേച്ചി: അതെ കന്യാസ്ത്രീ. അവര് ബി എ യ്ക്ക് രണ്ടു കൊല്ലം എന്റെ കൂടെ പഠിച്ചതാ. എം എയ്ക്കും അതു പോലെ. എം എ അവസാനവർഷമാ ഇദ്ദേഹം വരുന്നത്.

ഒ എൻ വി : ഈ സിസ്റ്ററും ഇദ്ദേഹവും കൂടി ചിരിച്ച് സംസാരിച്ചു. ഞാൻ സിസ്റ്ററിനോട് എന്നെ ടീച്ചേഴ്സ്റൂമിൽ വന്ന് കാണണം എന്നു പറഞ്ഞു.

സരോജിനിച്ചേച്ചി: ഞങ്ങൾ രണ്ടുപേരെയും.

ഒ എൻ വി : ഞാൻ പറഞ്ഞു: സിസ്റ്റർ, സിസ്റ്ററിങ്ങനെ നർമരസത്തിലൊക്കെ ക്ലാസിലിരുന്ന് ചിരിക്കുക, അപ്പോൾ സിസ്റ്ററോട് ഇതൊന്നും അരുതെന്ന് പറയേണ്ടി വരിക. ഇതിലൊക്കെ ദുഃഖമുണ്ട്. സിസ്റ്റർ ആകെ വിഷമത്തിലായി. പിന്നെ ഞാൻ പറഞ്ഞു. സിസ്റ്റർ പൊതുവെ നല്ല ഒരു വിദ്യാർഥിനിയാണ്. പക്ഷേ മറ്റ് കുട്ടികൾ ചിരിച്ച് സംസാരിക്കാനൊക്കെ പ്രോത്സാഹിപ്പിച്ചാലും സിസ്റ്റർ അവർക്ക് മാതൃകയായിട്ട് ഗൗരവമായിട്ടിരിക്കണം.

സരോജിനിച്ചേച്ചി: വളരെ ജോളിയായിട്ടുള്ള സിസ്റ്ററായിരുന്നു എന്റെ ഫ്രണ്ട്. അന്നവർക്ക് ഇന്നത്തെ അത്രയും സ്വാതന്ത്ര്യമുണ്ടായിരുന്നില്ല.

ഒ എൻ വി : പഠിക്കാനും നല്ല മിടുക്കിയായിരുന്നു.

സരോജിനിച്ചേച്ചി: സാറ് വിളിപ്പിച്ചത് കോൺവെന്റിലൊക്കെ അറിഞ്ഞ് വലിയ പ്രശ്നമാവുമോ എന്നൊക്കെ പേടിയായിരുന്നു.

ഒ എൻ വി : സിസ്റ്ററിന് എന്നെക്കാൾ ഒരു വയസ്സ് കൂടുതലുണ്ട്. അതാണ് അതിലെ രസം.

എം എ ബേബി : നിങ്ങൾ വിദ്യാർഥിനികൾ ഒരു ഗൂഢാലോചന നടത്തി ഒ എൻ വി സാറിനെ റാഗ് ചെയ്യാനൊക്കെ പദ്ധതി ഇട്ടു.

സരോജിനിച്ചേച്ചി: ചെറിയ പദ്ധതിയൊക്കെ. പക്ഷേ ആർക്കും ധൈര്യമുണ്ടായിരുന്നില്ല. (ചിരി). ആരാ മുൻകൈയെടുക്കുക. ആരുമില്ല എല്ലാവരും പിറകോട്ടു മാറി.

എം എ ബേബി : ഏതാണ്ട് ഇത്തരം ആസൂത്രണം മുൻകൂട്ടിക്കണ്ടിട്ടാണോ എന്ന് സംശയിക്കാൻ പറ്റുന്നവിധം സാറ് തിരിച്ച് സരോജിനിച്ചേച്ചിയുമായി ഒരു...

സരോജിനിച്ചേച്ചി: അല്ല. അത് ആ വർഷം അവസാനമാകുമ്പോഴൊക്കെയാണ്. അപ്പോഴേ ഉള്ളൂ. നല്ലപോലെ പഠിപ്പിക്കും. അപ്പോൾ എല്ലാവർക്കും ഇഷ്ടമായി. അങ്ങനെ ക്ലാസുകൊണ്ടാണ് എല്ലാവരും ഇഷ്ടപ്പെട്ടുതുടങ്ങിയത്.

എം എ ബേബി : സാർ, കൊല്ലത്താണ് ആദ്യത്തെ ആറേഴ് വർഷം അച്ഛനുമൊന്നിച്ച് ജീവിച്ചത്. അപ്പോൾ അച്ഛൻ അവിടുത്തെ മുനിസിപ്പൽ കൗൺസിലറായിരുന്നു, അന്നത്തെ ശ്രീമൂലം പ്രജാസഭ അസംബ്ലി മെമ്പറായിരുന്നു. അപ്പോൾ സ്വാതന്ത്ര്യസമരത്തിന്റേതായ അന്തരീക്ഷമാണ്. ഒന്നുകിൽ ആളുകൾ സജീവമായി അതിൽ പങ്കെടുത്തിരുന്നു. അതല്ലെങ്കിൽ മനസുകൊണ്ട് അതിനോട് വലിയ അടുപ്പം കാണിച്ചിരുന്നു.

ഒ എൻ വി : സ്വാതന്ത്ര്യസമരത്തിന് ഒരു പിൻനിരയുണ്ടായിരുന്നു. ആ പിൻനിരയിലായിരുന്നു അച്ഛൻ. അദ്ദേഹം വൈദ്യനാണ്, തൊഴിൽപരമായിട്ട്. അപ്പോൾ സ്വാതന്ത്ര്യസമരനേതാക്കളും സേനാനികളുമൊക്കെ രോഗികളെന്ന നിലയ്ക്കും അല്ലാതെയും ചില സാമൂഹ്യപ്രവർത്തനം ഉള്ളതുകൊണ്ടുമൊക്കെ വീട്ടിൽ വരും. അങ്ങനെയൊരിക്കൽ പട്ടം താണുപിള്ള സാറിനെ കണ്ടതായിട്ട് ഓർമയുണ്ട്. പിന്നെ സി കേശവനെ. ടി എം വർഗീസ് എപ്പോഴും വരുമായിരുന്നു. കാരണം അദ്ദേഹം കൊല്ലത്ത് തന്നെയായിരുന്നു.

എം എ ബേബി : കുമ്പളം?

ഒ എൻ വി : കുമ്പളത്തിന് എന്റെ അച്ഛനുമായിട്ടല്ല, എന്റെ അപ്പൂപ്പനുമായിട്ടായിരുന്നു ബന്ധം. എന്റെ അപ്പൂപ്പൻ പലരെയും ഗുസ്തി പഠിപ്പിച്ചിട്ടുണ്ട്. ഒരു കായിക വിദഗ്ധനായിരുന്നു. കുമ്പളം കുറച്ചുകാലം ശിഷ്യപ്പെട്ടിട്ടുണ്ടെന്നാണ് കേൾവി. എനിക്കറിഞ്ഞുകൂടാ. ഞാൻ കേട്ടിട്ടുണ്ട്. കാരണം എന്റെ അപ്പൂപ്പൻ മരിക്കാൻ കിടക്കുമ്പോൾ വളരെ ദുഃഖിതനായിട്ട് അടുത്തു വന്ന് കുറേനേരം നിന്ന കുമ്പളത്തിന്റെ ഓർമയെനിക്കുണ്ട്.

എം എ ബേബി : സാറിന്റെ ഏറ്റവും പുതിയ രചനയായ *ദിനാന്ത*ത്തിൽ അച്ഛൻ ചികിത്സയ്ക്കായി പോകുന്നതും ആ ട്രെയിനിൽ കയറി യാത്രയാകുമ്പോൾ ഒരു മിന്നായം പോലെ അപ്രത്യക്ഷമാകുന്നതുമുണ്ട്. അത് അവസാനയാത്രയായിരിക്കും എന്ന് വിചാരിച്ചില്ല അല്ലേ?

ഒ എൻ വി : ഭൂമിയുടെ അറ്റത്തേയ്ക്കെന്നോ മറ്റോ പറഞ്ഞ് മുമ്പൊരു കവിത ഞാൻ എഴുതിയിട്ടുണ്ട്. അതെല്ലാം പറഞ്ഞുവരുമ്പോൾ ഇത് ഒഴിവാക്കാൻ വയ്യാത്തത്തുകൊണ്ട് വീണ്ടും *ദിനാന്ത*ത്തിൽ പറയേണ്ടിവന്നതാണ്. കൊല്ലത്തെ റെയിൽവേസ്റ്റേഷനിൽനിന്ന് അച്ഛൻ മദിരാശിയിലെ ഡോ. പണ്ടാലാസ് നഴ്സിങ് ഹോം എന്ന വളരെ പ്രസിദ്ധമായ നഴ്സിങ് ഹോമിലേക്ക്

പോയി. പണ്ടാല വലിയ സുഹൃത്തായിരുന്നു. ഈ പണ്ടാലയ്ക്ക് ഏതെങ്കിലും ആയുർവേദ ചികിത്സ യോ അങ്ങനെയെന്തെങ്കിലും ആവശ്യമോ വന്നാൽ അച്ഛനെ വിളിക്കും. പണ്ടാലയെക്കൊണ്ട് ചെയ്യേണ്ട, പ്രത്യേകിച്ച് അലോപ്പതിയിൽ വല്ലതുമുണ്ടെങ്കിൽ അച്ഛനവിടെ ചെല്ലും. അപ്പോൾ പണ്ടാല പറഞ്ഞു: (ഒ എൻ ന്നാ വിളിക്കുന്നത്) “ഒ എൻ ഇങ്ങ് വന്നാ മതി. ബാക്കി കാര്യങ്ങളൊക്കെ ഞാൻ ചെയ്യും.” ഇന്നത്തെ മാതിരി മദിരാശിയിലൊക്കെ പോവുക എന്നു പറഞ്ഞാൽ, അന്ന് ഇവിടുന്ന് ഫ്ളൈറ്റ് ഒന്നുമില്ല. സാധാരണ ട്രെയിനിലാണ് പോവുക. ട്രെയിനിൽ ഏറ്റവും വലിയ ലക്ഷ്വറി എന്ന് പറയുന്നത് ഒരു ഫസ്റ്റ് ക്ലാസ് കോച്ചിൽ ബുക്ക് ചെയ്ത് പോവുക. അപ്പോൾ അച്ഛനും നമ്മുടെ ഒരു ബന്ധുവും കൂടി പോകുന്നു. ഞാനും അമ്മയും ആ പ്ലാറ്റ്ഫോമിൽനിന്നും യാത്രയാക്കുന്നു. യാത്രയാക്കുമ്പോൾ അച്ഛന് എന്നെ സംബന്ധിച്ച് താൻ ഈ മകന് പ്രയോജനപ്പെടില്ലാന്ന് എന്തോ ഒരു മുൻധാരണ ഉണ്ടായിരുന്നു. പലപ്പോഴും എന്നെ മടിയിലിരുത്തി. എന്റെ കൈയൊക്കെ തടവി പറയുമായിരുന്നു: “ഞാൻ നിനക്ക് ഉതകുമെന്ന് തോന്നുന്നില്ല. പക്ഷേ നിനക്ക് ഒന്നിനും മുട്ട് വരില്ല.” അത് ശരിയാണെന്ന് എനിക്ക് തോന്നുന്നു. കാരണം ഒരുപാട് പേരെ ചികിത്സിച്ചതിന്റെ സുകൃതമുണ്ട്. അതില് ഞാൻ വിശ്വസിക്കുന്നു. നമ്മൾ കുറേ നന്മകൾ ചെയ്താൽ അതിനുള്ളിൽനിന്ന് ഊറിക്കൂടിവരുന്ന ഒന്നിനാണ് ഈ സുകൃതം എന്ന് പറയുന്നത്. സു...കൃതമാണ്. അങ്ങനെ അച്ഛൻ ചെയ്ത സുകൃതത്തിന്റെ ഫലമായിട്ട് ഒന്നിനും ഒരു മുട്ട് വന്നില്ല. പക്ഷേ അച്ഛന്റേതായിരുന്ന നേരിട്ടുള്ള സഹായമൊന്നും കിട്ടിയില്ല. അങ്ങനെ അച്ഛൻ അവസാനം എന്നെ പ്രത്യേകിച്ച് നോക്കി ഇങ്ങനെ കൈവീശിപ്പോയി. അത് ഞാൻ പ്രത്യേകം ശ്രദ്ധിച്ചു.

എം എ ബേബി : അത് ഹൃദയത്തിൽ പതിഞ്ഞു.

ഒ എൻ വി : കൊല്ലം റെയിൽവേ സ്റ്റേഷനിൽ സംഗീത പ്രിയനായ ഒരു സ്റ്റേഷൻ മാസ്റ്ററുണ്ടായിരുന്നു. ഒരു തമിഴ് ബ്രാഹ്മണൻ. അദ്ദേഹവുമായിട്ട് വലിയ സ്നേഹത്തിലായിരുന്നു അച്ഛൻ. ഗായകനല്ല, പക്ഷേ, സംഗീതത്തെപ്പറ്റി വളരെയധികം അറിവുള്ളയാളാണ്. അങ്ങനെ ആ സ്റ്റേഷൻ മാസ്റ്ററുടെ മുറിയിൽ പലപ്പോഴും വൈകുന്നേരത്ത് അച്ഛൻ ചെന്നിരിക്കും. എന്നെ കൊ

ണ്ടുപോകും. അങ്ങനെ പോകുമ്പോൾ ഉണ്ടായ ഒരു സംഭവമാണ് *പാളങ്ങൾ* എന്ന കവിതയിൽ എഴുതിയിട്ടുള്ളത്. എനിക്ക് വാങ്ങിത്തന്ന ചോക്ലേറ്റിന്റെ പൊതി—കടലാസ് വർണപ്പൊതി—പ്ലാറ്റ്ഫോമിലേക്കെറിഞ്ഞു. ഒരു കൊച്ചുകുട്ടി അതെടുത്ത് ഇങ്ങനെ മണപ്പിക്കുന്നത് കണ്ടപ്പോൾ സങ്കടം തോന്നി. അച്ഛൻ ആ കുട്ടിയെ വിളിച്ച് പൈസ കൊടുത്തു. അതിനെപ്പറ്റിയാണ് ആ കഥ.

എം എ ബേബി : സംഗീതരസികത്വത്തെക്കുറിച്ച് പറഞ്ഞപ്പോ അച്ഛന് സംഗീതം പഠിപ്പിക്കണമെന്നാഗ്രമുണ്ടായി.

ഒ എൻ വി : വലിയ ആഗ്രഹമുണ്ടായി.

എം എ ബേബി : ഒരു ഹാർമോണിയം വാങ്ങിച്ചു തന്നു.

ഒ എൻ വി : ചെറിയ ഹാർമോണിയം

എം എ ബേബി : എന്നാൽ അച്ഛന്റെ വേർപാടിനെത്തുടർന്ന് അത് മുന്നോട്ടു പോയില്ല.

ഒ എൻ വി : അച്ഛന്റെ വേർപാട് വീട്ടിൽ ഉണ്ടാക്കിയത്, ഇങ്ങനെ പറന്നുപോകുന്ന വിമാനം പെട്ടെന്ന് ഒരു എയർപോക്കറ്റിൽ താഴേയ്ക്ക് വീഴുംപോലെയുള്ള അനുഭവമാണ്. അപ്പോൾ കൊല്ലത്ത് വളരെ പ്രൗഢിയിലൊക്കെ താമസിച്ചിരുന്ന, വൈദ്യശാലയൊക്കെ ഇട്ടിരുന്ന ഒരു വലിയ വാടകവീടായിരുന്നു. അച്ഛന്റെ തറവാട് അങ്ങ് പടിഞ്ഞാറെ കൊല്ലത്താ. ഈ പ്രൗഢിയോടു കൂടി താമസിച്ചിരുന്ന വീട്ടിൽനിന്ന് ഒരുദിവസം

അച്ഛന്റെ മരണത്തിനുശേഷം ഇറങ്ങി ചവറയിൽ വന്നപ്പോൾ, ഇന്നത്തെ ചവറയൊന്നുമല്ല അന്നത്തെ ചവറ. അന്നവിടെ ടാറിട്ട റോഡില്ല. വഴിവിളക്കില്ല. ഇലക്ട്രിസിറ്റിയില്ല. ആ ഒരു പഴയ ഇടിഞ്ഞുപൊളിഞ്ഞ തറവാടിന്റെ തിണ്ണയിൽ വന്നിരിക്കുമ്പോൾ അച്ഛന്റെ അഭാവത്തിന്റെ ശൂന്യതയും ഈ വ്യത്യാസം കൊണ്ടുണ്ടാകുന്ന ശൂന്യതയും ഒക്കെ കൂടിച്ചേർന്ന് വല്ലാത്ത ഒരു ഇരുട്ടിലേക്ക് വീണതുപോലെ തോന്നലുണ്ടായി. അതൊരുപക്ഷേ എന്നെ കൂടുതൽ അന്തർമുഖനാക്കിയിട്ടുണ്ടെന്ന് തോന്നുന്നു. കാരണം എന്റെ സമപ്രായക്കാരായ കുട്ടികളൊന്നും എന്റെ വീട്ടിലില്ല. പിന്നെ തൊട്ടപ്പുറത്തൊക്കെയുള്ള ബന്ധുവീടുകളിൽനിന്ന് വരുന്ന കുട്ടികൾക്കൊന്നും ഇഷ്ടപ്പെടത്തക്ക തരത്തിലുള്ള യോഗ്യതകളൊന്നും വലുതായിട്ടില്ല. അവിടെ കളിക്കാൻ പോകാനൊന്നും എനിക്ക് തോന്നിയിട്ടില്ല. അവിടെ ഒരുപാട് കവിതകൾ ഒക്കെ വരുന്ന അച്ഛന്റെ മാസികകൾ ഉണ്ടാവും, ഒരുപാട് മാസികകളുടെ ശേഖരങ്ങൾ ബൈന്റ് ചെയ്ത് വച്ചത്, കുറേ പുസ്തകങ്ങൾ നിറഞ്ഞ ആ അലമാരി ഇപ്പോഴും അവിടെയുണ്ട്. പഴയ പുസ്തകങ്ങൾ അതിലുണ്ട്. അതൊക്കെ എടുത്തുനോക്കും. പിന്നെ ഞാൻ *നാലുമണിപ്പൂക്കൾ* എന്ന കവിത എഴുതിയിട്ടുണ്ട്. സത്യത്തിൽ ഈ പൂക്കളോടൊക്കെ സംസാരിക്കുന്നത് മൗനഭാഷയിലാണ്. പൂക്കളും മൗനമായിട്ട് സംസാരിക്കുന്നു. അങ്ങനെ പൂക്കളുമായിട്ട്

"മുറ്റത്തെ പുഷ്പങ്ങളേ
നിങ്ങളെൻ ചങ്ങാതിമാർ ഉറ്റവർ"

എന്നു പറഞ്ഞ് എഴുതിയിട്ടുണ്ട്. അത് സത്യമാണ്. അതൊരു ആത്മകഥയുടെ വരിയാണ്.

എം എ ബേബി : 1946 ൽ ഏതാണ്ട് പതിനഞ്ച് വയസെത്തുമ്പോഴാണ് *രാജ്യാഭിമാനി*യിൽ 'മുന്നോട്ട്' എന്ന ആദ്യത്തെ കവിത വരുന്നത്.

ഒ എൻ വി : അതെ, എന്റെ വീട്ടുകാർക്കുപോലും ഞാൻ എഴുതുമെന്ന് അറിയില്ലായിരുന്നു.

എം എ ബേബി : 1947 ൽ *മംഗളോദയ*ത്തിൽ..

ഒ എൻ വി : അതെ. ഈ കവിത അച്ചടിച്ച് വന്നപ്പോഴാണ്... എന്റെ അച്ഛൻ മരിച്ചു കഴിഞ്ഞപ്പോൾ പ്രായംകൊണ്ട് വളരെ വ്യത്യാസമുള്ള എന്റെ മൂത്ത സഹോദരിയുടെ ഭർത്താവ് — അദ്ദേഹമായിരുന്നു ശരിക്കും ഒരു രക്ഷ

കർത്താവ് — ഞാൻ കവിതയെഴുതുമെന്ന് അദ്ദേഹം അറിഞ്ഞിരുന്നില്ല. കൊല്ലത്തുനിന്ന് ഈ പത്രം കണ്ടപ്പോൾ വലിയ സന്തോഷത്തോടെ അത്ഭുതത്തോടെ, ഒരു കോപ്പി വാങ്ങിച്ച് വീട്ടിൽ കൊണ്ടുവന്നു. ഒന്നും പറഞ്ഞില്ല. എന്റെ മുമ്പിൽ അവിടെയിട്ടു. അങ്ങനെയാണ് ആ കവിത — *മുന്നോട്ട്* — പ്രകാശം കാണുന്നത്.

എം എ ബേബി : 1951 ൽ ആദ്യത്തെ പുസ്തകം ആലപ്പുഴയിലെ ഒരു പ്രസിൽ....

ഒ എൻ വി : അതെ. ചലനം പബ്ലിഷേഴ്സ്.

എം എ ബേബി : ചലനം പബ്ലിഷേഴ്സിന്റേതായിട്ടിറങ്ങിയതാണ് ആദ്യ പുസ്തകം അല്ലേ?

ഒ എൻ വി : മറ്റാരുമല്ലത്. ചവറ തെക്കുംഭാഗത്ത് മാർക്സിസ്റ്റു പാർട്ടിയുടെ നേതാവായിരുന്ന ഒരു പി കാർത്തികേയനുണ്ടായിരുന്നു. കാർത്തികേയൻ എന്റെ സീനിയറായിട്ട് അവിടെ സ്കൂളിൽ പഠിച്ചിരുന്നതാ. എന്റെയീ കവിതയെഴുത്തിനോട് കാർത്തികേയന് വലിയ മതിപ്പും സ്നേഹവുമൊക്കെയായിരുന്നു. അങ്ങനെ എന്റെ കുറേ കവിതകൾ, കാർത്തികേയൻ തന്നെ ആലപ്പുഴയിൽ ഏതോ ഒരു പ്രസിൽ കൊണ്ടുപോയി

അച്ചടിച്ച്, അയാൾ തന്നെ ഈ ആയിരം കോപ്പിയും – ഇങ്ങനെ അമ്പത്, അമ്പത്, കോപ്പി വീതം – പൊതിഞ്ഞ് അയാളുടെ വീട്ടിൽ കൊണ്ടുവെച്ചു. ചലനം പബ്ലിഷേഴ്സ് എന്ന് പറയുന്നത് അയാളുടേതാണ്. പി കാർത്തികേയനൊന്നും ഇപ്പോൾ ഇല്ല. കാർത്തികേയൻ അന്ന് വലിയ ദേശാഭിമാനിയായിരുന്നു. ആദ്യം മഹാത്മാഗാന്ധി മധുരയിൽ വന്നപ്പോൾ ഗാന്ധിയെ കാണാനായിട്ട് കാർത്തികേയൻ പോയി. കാർത്തികേയന്റെ അച്ഛന് കുറെ പണമൊക്കെ ഉണ്ട്. അപ്പോൾ ഞാനിങ്ങനെ പോകാൻ നിവൃത്തിയില്ലല്ലോ എന്നു വിചാരിച്ച് ഖേദിച്ച് നിന്നതാണ്. അതൊക്കെയെനിക്ക് ഇപ്പോഴും ഓർമയുണ്ട്. ആ കാർത്തികേയനും ഞങ്ങളെല്ലാവരും പിന്നീട് അവിടുത്തെ ആദ്യത്തെ കമ്യൂണിസ്റ്റനുഭാവികളായ വിദ്യാർഥികളായി തീർന്നു.

എം എ ബേബി : *മംഗളോദയ*ത്തിൽ തന്നെ കൗമാരപ്രായത്തിൽ സാറിന്റെ.....

ഒ എൻ വി : യൂണിവേഴ്സിറ്റി കോളേജിൽ ഇന്റർമീഡിയറ്റിന് പഠിക്കുമ്പോഴാണ്....

എം എ ബേബി : കവിത അച്ചടിച്ച് വന്നു. അതുപോലെതന്നെ 1949 ലാണെന്ന് തോന്നുന്നു. കൊല്ലത്തുവച്ച് നടന്ന പുരോഗമന സാഹിത്യ സമ്മേളനത്തിൽ അന്ന് നടന്ന കവിതാ മത്സരത്തിൽ ചങ്ങമ്പുഴയുടെ പേരിലുള്ള മെഡൽ, അത് യുവാവായിട്ടുള്ള ഒ എൻ വി സാറിനാണ് കിട്ടുന്നത്. ഞാൻ പറഞ്ഞുകേട്ടിട്ടുണ്ട് അക്കാലത്തെ വളരെ മുതിർന്ന പല കവികളും മത്സരത്തിന് അന്ന് കവിത അയച്ചിരുന്നുവെന്ന്.

ഒ എൻ വി : അത് കുട്ടികൾക്കുള്ള മത്സരമായിരുന്നില്ല. അത് ആർക്കും പങ്കെടുക്കാവുന്നതായിരുന്നു. ചങ്ങമ്പുഴ മെഡലിന് വേണ്ടിയുള്ള കവിതാമത്സരം. പലരും അയച്ചിരുന്നു എന്നു കേട്ടിട്ടുണ്ട്. എന്തായാലും അത് ഇപ്പറഞ്ഞതുപോലെ ഒട്ടും പ്രതീക്ഷിക്കാതെയാണ് എന്റെ പേര് – *മലയാളരാജ്യ*മാണ് വീട്ടിൽ വരുന്ന ഒരു പത്രം – *മലയാളരാജ്യത്തി*ലൂടെ ചവറയിൽനിന്നുള്ള ഒരു വിദ്യാർഥിക്ക് മെഡൽ കിട്ടി എന്ന് വാർത്ത കണ്ടപ്പോൾ വല്ലാത്ത അത്ഭുതം തോന്നി. കൊല്ലത്ത് ബേബി ടാക്കീസിൽ കൂടുന്ന പുരോഗമന സാഹിത്യ സമ്മേളനത്തിന്റെ സമാപനത്തിൽ വച്ചാണ് മെഡൽ നൽകുന്നത്. കെ എ അബ്ബാസ് ആണ് മൊത്തത്തിൽ ആ സമ്മേളനത്തിന്റെ അധ്യക്ഷൻ. അദ്ദേഹത്തിന്റെ കൈകൊണ്ട് സമ്മാനം തരു

ന്നതാണെന്ന് പൊൻകുന്നം വർക്കി സാറിന്റെ കയ്യക്ഷരത്തിലെഴുതിയ ഒരു കാർഡ് കിട്ടി. ആ കാർഡൊന്നും ഇപ്പോൾ ഇല്ല. സൂക്ഷിച്ചുവയ്ക്കേണ്ടതായിരുന്നുവെന്ന് പിന്നെ തോന്നി.

സരോജിനിച്ചേച്ചി: ഒന്നും സൂക്ഷിച്ച് വയ്ക്കില്ലാട്ടോ. അതെന്റെ ജോലിയാണ്. ഞാൻ വന്നതിന് ശേഷം കുറേയെല്ലാം സൂക്ഷിച്ച് വച്ചിട്ടുണ്ട്.

എം എ ബേബി : ഒ എൻ വി സാറിനെ സൂക്ഷിച്ചുകൊണ്ടുനടക്കുക എന്നതാണ് ഏറ്റെടുത്തിട്ടുള്ള ജോലി. അതേറ്റവും സ്തുത്യർഹമായി നിർവഹിച്ചു എന്നുള്ളത്....

ഒ എൻ വി : ഇപ്പോൾ സൂക്ഷിക്കാവുന്നതിൽ അധികമായതിന്റെ പേരിൽ ദേഷ്യപ്പെടാറുണ്ട്.

എം എ ബേബി : എല്ലാവരും

സരോജിനിച്ചേച്ചി: എനിക്ക് വയ്യാണ്ടായി. അതുകൊണ്ട് ആവുന്ന കാലത്ത്...

എം എ ബേബി : അന്ന് സ്വർണമെഡൽ എന്നെല്ലാം പറഞ്ഞിട്ട് ഒരു കവറേൽപ്പിച്ചുകൊണ്ട് പൊൻകുന്നം വർക്കിച്ചേട്ടൻ പറഞ്ഞു. 'അനുജാ ഇതിനകത്ത് വേറെയൊന്നുമില്ല' എന്ന് അല്ലേ?

ഒ എൻ വി : മാറ്റിവിളിച്ച് പറഞ്ഞു: കുട്ടാ ഇതിനകത്ത് മെഡലൊന്നുമില്ല. ഞാൻ പറഞ്ഞു എനിക്കറിയാം സാർ.

എം എ ബേബി : ഭാവിയിലൊരുപാട്....

ഒ എൻ വി : അബ്ബാസും പത്നിയുമുണ്ടായിരുന്നു. അബ്ബാസിനെയും പത്നിയെയും കൊല്ലത്തിന്റെ പരിസരവും

അഷ്ടമുടിക്കായലും കേരളത്തിലെ ചില ഭാഗങ്ങളുമൊക്കെ കാണിച്ചതിനുശേഷം ബോംബെയിലേക്ക് ഫസ്റ്റ് ക്ലാസ് ട്രെയിനിലയയ്ക്കാൻ കാശില്ലാതെ വിഷമിക്കുകയാണ്. ഈ സമ്മേളനത്തിന്റെ സ്വാഗതസംഘം നേതാവ് കൊല്ലത്ത് പ്രമാണിയായ; നമ്മുടെ സ്പീക്കറായിരുന്ന വി ഗംഗാധരൻ ആയിരുന്നു.

എം എ ബേബി : നമ്മുടെ രാജ്മോഹൻ സാറിന്റെ അച്ഛൻ.

ഒ എൻ വി : അതെ. പിന്നെ എ ആർ റഹീം, ഇവരൊക്കെയാണ് ഈ പുരോഗമനസാഹിത്യസംഘം സമ്മേളനത്തിന്റെ സ്വാഗതസംഘം നേതാക്കൾ. അവരെല്ലാം കൂടിച്ചേർന്ന് ടിക്കറ്റെടുത്തു കൊടുത്താണ് യാത്രയാക്കിയത്.

എം എ ബേബി : സാറിന് 25 വയസ്സ് തികയുന്ന സമയത്താണ് *ദാഹിക്കുന്ന പാനപാത്രം* എന്ന 45 കവിതകളുടെ സമാഹാരം വരുന്നത്. അന്ന് നിരൂപകൻ എന്നുള്ള നിലയിൽ ഇരുത്തംവന്ന സർവരും ആദരിക്കുന്ന പണ്ഡിതശ്രേഷ്ഠനായ മുണ്ടശ്ശേരി മാസ്റ്ററാണ് അതിന് പ്രൗഢമായിട്ടുള്ള അവതാരിക എഴുതിയത്. ആ അവതാരികയിൽ അദ്ദേഹം നടത്തിയിട്ടുള്ള ഒരു നിരീക്ഷണം പിന്നീട് ചരിത്രമായി മാറി. ഒരായുസിന്റെ സർഗകർമം പൂർത്തീകരിച്ചിട്ട്...

ഒ എൻ വി : ആയുസിന്റെ ജോലി പൂർത്തിയാക്കി എന്നാണ് വാക്കിൽ.

എം എ ബേബി : സാധാരണ ഗതിയിൽ ഒരു വലിയ സർഗപ്രതിഭയുടെ തലയ്ക്ക് പിടിക്കാൻ പറ്റുന്ന തരത്തിലുള്ള ഒരു പ്രശംസയായിരുന്നു അത്. അതുപോലെ തന്നെ ആ കാലഘട്ടത്തിൽ ചങ്ങമ്പുഴയുടെ ശൈലിയുടെ വലിയ സ്വാധീനം.

ഒ എൻ വി : വളരെയധികം

എം എ ബേബി : അന്നത്തെ എഴുത്തുകാർക്കിടയിൽ എല്ലാം അത് ഉണ്ടായിരുന്നു.

ഒ എൻ വി : ഞാൻ പറയാറുള്ളത് കലശലായ സ്വാധീനം എന്നാണ്.

എം എ ബേബി : ആ ശൈലിയിൽനിന്നു കുതറിമാറാനുള്ള ശ്രമവുമുണ്ടായിരുന്നു. എന്നാൽ അതിൽ അതിന്റെ നന്മകളും അതിന്റെ പരിമളവുമൊക്കെ ഉൾക്കൊള്ളാനുള്ള സർഗസിദ്ധി, ഇതെല്ലാം സാറിന്റെ തലമുറയിലും അതിൽ ഏറ്റവും കൂടുതൽ സാറിലും പ്രകടമായിരുന്നു. അതിനുശേഷമുള്ള വളർച്ചയിലെ ഈ കരുതൽ, അതിന്റെ പ്രചോദനവും അതിന്റെ രസതന്ത്രവും വിശദീകരിക്കാൻ കഴിയുമോ?

ഒ എൻ വി : ഇപ്പോൾ കുറേയധികം കാര്യങ്ങൾ പറയേണ്ടതാണെങ്കിലും ഞാൻ ചുരുക്കിപ്പറയാം. ഒരു കവി എന്ന തരത്തിലുള്ള വളർച്ചയ്ക്ക് വളരെയധികം ഞാൻ കടപ്പെട്ടത്, ഒന്നുമല്ലാതിരുന്ന കാലത്ത് നിർണായകമായ പങ്കുവഹിച്ച എന്റെ അനൗപചാരിക ഗുരു എന്ന് ഞാൻ വിശേഷിപ്പിക്കുന്ന മുണ്ടശ്ശേരി മാസ്റ്ററോടാണ്. ഒരു വിത്തിനകത്തുനിന്ന് ഒരു മുളപൊട്ടി മേലോട്ട് വരുന്നതിന് സന്നദ്ധമായിരിക്കുമ്പോൾ ഒരിടിവെട്ട് ഉണ്ടാകുമെന്നും ഇടിവെട്ട് കേൾക്കുമ്പോൾ വിത്ത് തനിയെ പൊട്ടിപ്പിളരുമെന്നും അങ്ങനെയാണ് ഇത് കിളിർക്കുന്നതെന്നുമൊക്കെ പഴയൊരു കവി സങ്കൽപ്പമുണ്ട്, വിശ്വാസമുണ്ട്. ഏതാണ്ടതുപോലെയാണ്. മുണ്ടശ്ശേരി മാഷാണെങ്കിൽ ഇങ്ങനെ ഗർജിക്കുന്നയാളുമാണ്, സ്നേഹഗർജനമാണ്. കൈ രണ്ടും ഇങ്ങനെ മുമ്പിൽവച്ചുകൊണ്ടുള്ള മേഘഗർജനം.

അത് പിന്നെ ആരിൽനിന്നും കേട്ടിട്ടില്ല. ഗർജനങ്ങളുണ്ടായിട്ടുണ്ട്. പക്ഷേ അർഥവത്തായ ഗർജനം മാഷിൽനിന്ന് വന്നതുപോലെ പിന്നെയുണ്ടായിട്ടില്ല. അങ്ങനെയുള്ള മാഷ് ഞാനാദ്യം *മംഗളോദയ*ത്തിന് അയച്ചുകൊടുത്ത കവിത ഒരു പേജിൽ മുഴുവനായി പ്രസിദ്ധീകരിക്കുകയും 'നിങ്ങളുടെ കവിത ഇതിൽ ചേർത്തിട്ടുണ്ട്. ഇനിയും എഴുതണം' എന്നു എഴുതുകയും ചെയ്തു. ഇത്രയേ ഉള്ളൂ. (എം എം എന്ന് ചെറിയ അക്ഷരം.) ജെ എന്ന് വലിയ അക്ഷരം. ഒരു കാർഡ് യൂണിവേഴ്സിറ്റികോളേജിൽ കിട്ടുന്നു. അന്നത്തെ ഒരു പയ്യന്റെ മാനസികാവസ്ഥ എന്തായിരിക്കും എന്ന് ഊഹിച്ചോളുക. ഞാൻ പലരെയും കാണിക്കുമ്പോൾ ഞാനെഴുതിയതാണോ എന്നൊക്കെ ഉള്ള രീതിയിലാണ് ചില കൂട്ടുകാർ — കുസൃതികൾ — താനെഴുതിയതാണോ ഈ അയച്ചുകൊടുത്തത് എന്നൊക്കെ ചോദിക്കും. അപ്പോൾ മാഷ് ഇതോർത്തിരിക്കുന്നു. അതാണ് ഈ കവിതയുടെ–

"മേലെ കിഴക്കെ മാനത്തെന്തൊരു
ചേലായ് കാണുന്നാ വെള്ളിമല
കണ്ണൊന്നടച്ച് തുറക്കും മുമ്പാരോ
സ്വർണപ്പൂക്കൾ വിരിച്ചല്ലാ
ഒന്നൊന്നായിട്ടൊരായിരമിത-
ളൊന്നിച്ച് മഞ്ഞപ്പട്ടുപോലെ"

എന്നൊക്കെ പറഞ്ഞ് ഒരു പുലർകാലത്തിന്റെ ശോഭ വർണിക്കുകയാണ്, ഒരു നാട്ടുമ്പുറത്തുകാരൻ കൃഷിക്കാരന്റെ മനസിലൂടെ.

എം എ ബേബി : വെട്ടം വീഴുന്നു.

ഒ എൻ വി : അതെ, എന്നിട്ടവസാനം അയാൾ പറയുകയാണ്. ഇതിന്റെ ഭംഗിയൊക്കെ കണ്ടോണ്ട് നിൽക്കാൻ സമയമില്ല. "പോണം വേലയ്ക്ക് നേരത്തെ" എന്നു പറഞ്ഞ് അയാൾ പോകുന്നു. ഈ സൗന്ദര്യം ആസ്വദിക്കാനൊന്നും നമുക്ക് പറഞ്ഞിട്ടുള്ളതല്ല എന്ന് ഒരു ചിന്തയുടെ നൂൽ അവിടെയുണ്ട്. കാരണം നമുക്ക് പണി ചെയ്യാൻ പോണം. എന്ത് സൗന്ദര്യാസ്വാദനം എന്ന് അവന്റെ ഒരു നേരിയ ഒരു ദുഃഖം അതിനകത്തുണ്ട്.

എം എ ബേബി : റോബർട്ട് ഫ്രോസ്റ്റിന്റെ ആശയവും പിന്നെ... miles to go before I sleep

ഒ എൻ വി : ഇത് ചവറയിലെ അനുഭവത്തിൽനിന്നും വന്നതാണ്. കാരണം അവിടെ മുറ്റത്തും തൊടിയിലുമൊക്കെ ജോലി ചെയ്യുമ്പോൾ ചില ആളുകളൊക്കെ സംസാരിക്കുന്നതിനകത്തു നിന്ന് കവിത ഉതിർന്ന് വീഴുന്നതുപോലെ എനിക്ക് തോന്നിയിട്ടുണ്ട്. അവരുടെ വർത്തമാനത്തിൽത്തന്നെ. ഉദാഹരണം, കൃഷ്ണൻ ചന്ദർ ഇവിടെ വന്നപ്പോൾ അദ്ദേഹത്തിനെ ഞങ്ങള്

ബീച്ചിൽ കൊണ്ടുപോയി. ഞങ്ങൾ ആയിരുന്നു; ദ്വിഭാഷികൾ. ഈ മുക്കുവരോട് സംസാരിക്കുമ്പോൾ അദ്ദേഹം ചോദിച്ചു: നിങ്ങൾ എങ്ങനെയാണ് കടലിൽപ്പോയാൽ സമയം അറിയുന്നത്? അത് ചന്ദ്രനുദിച്ച് വരുന്ന സമയമായിരുന്നു. അപ്പോൾ പറഞ്ഞു "ഈ ചന്ദ്രനല്ലയോ ഞങ്ങളുടെ നാഴികമണി"യെന്ന്. കൊല്ലത്തെ ഭാഷയിൽ അവര് പറയും. തർജമചെയ്തുകൊടുത്തപ്പോൾ കൃഷൻ ചന്ദർ അത്ഭുതപ്പെടുന്നു. ഇയാൾ മെറ്റഫർ സംസാരിക്കുന്നല്ലോ എന്ന്. ഇങ്ങനെയൊക്കെയുള്ളത് കേട്ടിട്ടാണ് ഞാൻ ഇതെഴുതുന്നത്. അതു കഴിഞ്ഞ് മാഷ് കാണുമ്പോൾ ഇത് ഇങ്ങനെ ഒരായുസിന്റെ പണിതീർത്തെന്ന് എഴുതിയപ്പോൾ, 'മാഷേ അത് കുറച്ച് അധികമല്ലേ. മാഷ് അങ്ങനെ എഴുതുമ്പോൾ എനിക്കുതന്നെ അത് അങ്ങോട്ട് സ്വീകരിക്കാൻ പ്രയാസമാവുന്നു. മാഷ് എന്നെ വല്ലാതെ പ്രശംസിച്ചു എന്ന് വരുമല്ലോ.' 'അല്ലടോ അത് ഞാൻ ഉദ്ദേശിച്ചത് അങ്ങനെയല്ല. നമ്മുടെ മലയാളസാഹിത്യത്തിൽ, ഈ സംസ്കൃതവും മലയാളവുമൊക്കെ ചേർത്തത് ശരിയാണെങ്കിലും മലയാളത്തിന് സ്ഥാനം വളരെ കുറച്ച്, സംസ്കൃതം ബഹുലമായിട്ട് എഴുതുന്ന ആ ഏർപ്പാടുണ്ടല്ലോ. അത് ഇനിയെങ്കിലും തന്റെ ഒരു തലമുറയോടെയെങ്കിലും മാറ്റിയെടുക്കണം. നല്ല സ്വച്ഛമായ

മലയാളത്തിൽ മലയാളിയുടെ വികാരം പകർത്താൻ കഴിയണം' എന്നൊക്കെ അദ്ദേഹം പറഞ്ഞു. അദ്ദേഹത്തിന്റെ ഭാഷ വളരെയധികം സംസ്കൃത ബഹുലമാണ്. അതുപക്ഷേ നിരൂപണമാണെന്ന് വേണമെങ്കിൽ പറയാം. പക്ഷേ കവിതയിൽ നല്ല മലയാളം വേണം എന്ന് അദ്ദേഹത്തിന് വാശിയും ഉണ്ട്. അദ്ദേഹത്തിന്റെ പല പ്രിഫറൻസസ് (പ്രത്യേകമായ ഇഷ്ടങ്ങൾ) അതിലൊന്നതായിരുന്നു. ഈ ഇഷ്ടത്തിന് രൂപംകൊടുക്കുന്നു എന്നതാണ് എന്നോട് കാണിച്ച സ്നേഹം. അതിന്റെ പേരിലാണ് അതു പറഞ്ഞത്. തന്നെയുമല്ല അദ്ദേഹത്തിന് ഇഷ്ടമല്ലാത്ത വേറെ ചില കവികളുടെ ഈ സംസ്കൃതബഹുലമായ ഭാഷയിലെ വരികളൊക്കെ ഉദ്ധരിച്ച് ഒരുപാട് ദേഷ്യപ്പെടുകയും ചെയ്തു. അവരുടെയൊന്നും പേര് ഞാൻ പറയില്ല. കാരണം എനിക്ക് അവരും ഗുരുക്കന്മാരാണ്. അതുകൊണ്ട് ഞാൻ പേര് പറയില്ല. അപ്പോൾ ഞാൻ അതോ ഇതോ എന്നൊക്കെ ചോദിക്കും. പക്ഷേ സംസ്കൃതബഹുലമായ ഭാഷയിൽ ഇനിയും കവിതകളെഴുതിയാൽ ഇവിടുത്തെ സാധാരണ മനുഷ്യർ എന്തുചെയ്യും എന്നുവരെ ചോദിച്ചിട്ടുണ്ട്. ഇങ്ങനെ തേക്കിൻകാട് മൈതാനത്ത്വച്ച് ഞങ്ങളുടെ അനൗപചാരികമായ വിദ്യാഭ്യാസരംഗങ്ങൾ ഉണ്ടായിട്ടുണ്ട്. അതുകൊണ്ടാണ്; ഒരായുസിന്റെ പണി എന്നു പറയുന്നത്. ഒരായുഷ്കാലം കൊണ്ടുതന്നെ മാറ്റിയെടുക്കേണ്ടതാണ്, നമ്മുടെ ഭാഷയെ സംബന്ധിച്ച് കാവ്യഭാഷയെ സംബന്ധിച്ചിട്ടുള്ള ഈ പുതിയ കാഴ്ചപ്പാട്, അത് ഇയാള് തുടരെയായിട്ട് എഴുതിയിരിക്കുന്നു എന്നത് കണ്ടതിലുള്ള സന്തോഷം, ഇത്രയേ ഉള്ളൂ. അതിൽ കവിഞ്ഞൊന്നുമില്ല.' ഞാൻ ഏറ്റവും ആദരിക്കുന്ന കവി വൈലോപ്പിള്ളി തന്നെ ഒരിക്കൽ പറഞ്ഞു.

"പുളിയില നേർകര മുണ്ടുമടക്കി
പൂവ് നിറച്ചാളമ്മാളു" എന്നതാണ് എനിക്ക് പഥ്യമായ ഭാഷ.

"നഷ്ടവസന്ത സ്ഥലികളിൽ നിന്ന്
സമൃദ്ധ വസന്തതടങ്ങളിലേക്കിള-
വറ്റുപറക്കും പക്ഷികൾ പോൽ" എന്നെഴുതിയ വൈലോപ്പിള്ളി തന്നെ. അവിടെ അതാവശ്യമാണ്.

എം എ ബേബി : *ഓണപ്പാട്ടുകാർ*

ഒ എൻ വി : അതുപോലെ തന്നെ,

"കാട്ടിയുഷസ്സൊരു മൈലാഞ്ചിക്കൈ
കാക്കേ വന്നിത് തിന്നോളൂ" എന്നതാണ് തനിക്ക് പഥ്യമായത്. അപ്പോൾ അദ്ദേഹത്തിനും പഥ്യമായിരുന്നത് അതാണ്. പക്ഷേ ആവശ്യം വരുമ്പോൾ സംസ്കൃതവും പ്രയോഗിക്കണം. അതിപ്പോൾ എ ആർ രാജരാജവർമ്മയുടെ "ഊഹാഭ്യാസനിശാതചാരുധിഷണേ"പോലെ. രാജരാജവർമ്മയുടെ മരണത്തെപ്പറ്റി ആശാൻ സംസ്കൃതബഹുലമായ ഭാഷയിൽ ആണ് എഴുതിയിട്ടുള്ളത്. പക്ഷേ
"നെല്ലിൻ ചുവട്ടിൽ മുളയ്ക്കും
കാട്ടുപുല്ലല്ല സാധുപുലയൻ" എന്ന് *ദുരവസ്ഥ*യിൽ എഴുതി.

അവിടെ ആ ഭാഷതന്നെ വേണം. അവിടെ പുല്ലെന്നുള്ളതിന് തൃണം എന്ന് പ്രയോഗിക്കാൻ പാടില്ല. അതുകൊണ്ടാണ് ഇത്. ഈ കാവ്യഭാഷയെപ്പറ്റി റൊമാന്റിക് കവിതയുടെ (കാൽപ്പനിക പ്രസ്ഥാനത്തിന്റെ) ആരംഭത്തിൽ വേർഡ്സ്വർത്തും കോൾറിഡ്ജും പറഞ്ഞുവച്ച കാര്യങ്ങൾ തന്നെയാണ്. അപ്പോൾ അതാണ് ഇതിനുകാരണം. ഇവിടെനിന്ന് പിന്നീട് ചങ്ങമ്പുഴ അത് കുറേയധികം ഇങ്ങനെ പ്രയോഗിച്ചിട്ടുണ്ട്. പക്ഷേ ചങ്ങമ്പുഴ ഇത് പ്രയോഗിക്കുമ്പോൾപ്പോലും പ്രമേയപരമായി അദ്ദേഹത്തിന് ഒരു സ്ഥിരമായ വീക്ഷണമോ അല്ലെങ്കിൽ ദർശനമോ

ഇല്ലാത്ത ഒരു ചഞ്ചലത്വം ഉണ്ട്. ശരിക്ക് പറയുകയാണെങ്കിൽ വളരെ പ്രചോദനാത്മകം ആണ്. സംസ്കൃതത്തിൽ ചക്രവാകം എന്ന ഒരു പക്ഷിയെപ്പറ്റിപ്പറയും. അതിങ്ങനെ ഇണയായിട്ടിരിക്കും. രണ്ട് താമരയിൽനിന്ന് പരസ്പരം നോക്കിക്കൊണ്ടിരിക്കും. ഇടയ്ക്ക് ഒരു താമരയില വന്നിങ്ങനെ പൊങ്ങിയാൽ വിരഹവേദനകൊണ്ട് കരയും. അത്ര സെൻസിറ്റീവ് ആണ്. പ്രചോദനാത്മകമാണ്. അതുപോലെയായിരുന്നു ചങ്ങമ്പഴയുടെ മനസ്സ്. (കവി മനസ്സ്), ഇപ്പോഴൊരു ദുഃഖം വന്നു കഴിഞ്ഞാൽ അതിൽപ്പരം ഒരു ദുഃഖമില്ല. ഇപ്പോഴൊരു സന്തോഷം വന്നാൽ അതിൽപ്പരം ഒരു സന്തോഷവുമില്ല. ഇപ്പോൾ ഒരു സൗന്ദര്യം കണ്ടാൽ അതിൽപ്പരം ഒരു സൗന്ദര്യമില്ല. "അദ്വൈതാമലഭാവസ്പന്ദിത വിദ്യുൻമേഖല"യിലേക്ക് പോകും. അതായിരുന്നു ചങ്ങമ്പുഴയുടെ മാനസിക ഘടന. അല്ലെങ്കിൽ മനസിന്റെ സ്വഭാവം. അത് നമുക്ക് പഥ്യമായിട്ട് തോന്നിയില്ല. നേരെമറിച്ച് വ്യക്തമായൊരു ദർശനം ചില ആളുകളോട് പ്രത്യേകമായ മമത, കീഴാളരോടുള്ള പ്രത്യേകമായ മമത, അവർ എന്നാണ് ജീവിതത്തിന്റെ ഈ ദുരിതങ്ങളിൽനിന്ന് മോചനം പ്രാപിക്കുന്നത് എന്ന ഉൽക്കണ്ഠ ഇതൊക്കെ സ്വന്തം ചുറ്റുപാടിൽനിന്ന് കിട്ടിയതാണ്.

2

ഭാവനയുടെ പരിണാമം

എം എ ബേബി : സാറിന്റെ രചനകളിലെല്ലാം പ്രമേയങ്ങളിൽ ദുഃഖവും ദുരിതവും അവസാനിക്കുന്ന ഒരുകാലത്തെ കുറിച്ചുള്ള സ്വപ്നങ്ങളും സ്വാതന്ത്ര്യത്തോടുള്ള അഭിവാഞ്ഛയും ഇതെല്ലാം ഒരു രക്തസഞ്ചാരം പോലെ കാണാൻ കഴിയും. അതേസമയം കവിതയുടെ ശിൽപ്പത്തിൽ കാലോചിതമായിട്ട് ഒരുപാട് മാറ്റങ്ങൾ സാർ വരുത്തിയിട്ടുണ്ട്; സാറിന്റെ ആദ്യകാല രചനകൾ മുതൽക്ക് ഇങ്ങോട്ടു വരുമ്പോൾ. എന്നാൽ മൊത്തത്തിൽ കവിത ഛന്ദോബദ്ധമായിരിക്കണം, എന്ന ഒരു

നിഷ്ഠ അത് സാറ് പുലർത്തിപ്പോന്നിട്ടുണ്ട്. ചില സന്ദർഭങ്ങളിൽ ദ്വിതീയാക്ഷരപ്രാസം തന്നെ വന്നിട്ടുണ്ട്. കൈരളി ചാനലിനുവേണ്ടി സാറ് എഴുതിയിട്ടുള്ള വരികളിലെ സാങ്കേതികമായ ദ്വിതീയാക്ഷര പ്രാസമൊക്കെ പറയേണ്ടതുണ്ടോ എന്ന് എനിക്കറിഞ്ഞുകൂടാ.

'നീലവാനിന്നുകീഴിലായ്...'

ഒ എൻ വി : അത് പാട്ടാണ് എന്നാലും വന്നുപോയിട്ടുണ്ട്.

എം എ ബേബി : അലയാഴിതൻ തീര ഭൂവിലായ്
ജാലകം തുറന്നീടുക
മലയാളമാം ശിൽപ്പ ചാരുതേ...

ദ്വിതീയാക്ഷരപ്രാസം തന്നെയാണ്. പക്ഷേ വളരെ മനോഹരമായി, അർഥദീപ്തമായി ഇത് വന്നു. ഇതിനോടെനിക്ക് താരതമ്യപ്പെടുത്താൻ തോന്നുന്നത് വൈലോപ്പിള്ളിയെയാണ്.

"കാക്ക നീ ഞങ്ങളെ സ്നേഹിക്കിലും
കാക്കണം സ്വാതന്ത്ര്യമെന്നറിവോൾ"

എന്ന് പറയുന്നുണ്ട്. അവിടെ യമകാലങ്കാരവുമുണ്ട്, ദ്വിതീയാക്ഷര പ്രാസവുമുണ്ട്. പക്ഷേ അവിടെ അലങ്കാരവും പ്രാസവും ഒന്നുമായിട്ടല്ല അർഥമിങ്ങനെ വാർന്നു വീഴുകയാണ്. എലിയറ്റ് ഒരിക്കൽ പറഞ്ഞിട്ടുള്ളതായി ഞാൻ വായിച്ചിട്ടുണ്ട്. "Genuine poetry can communicate before it is understood." അതിന്റെ ഏറ്റവും മനോഹരമായ ഉദാഹരണങ്ങളാണ് സാറിന്റെ രചനകൾ. പുതിയ തലമുറ ഇതിനെ എങ്ങനെയാണ് മനസ്സിലാക്കുന്നത്. ഇത് സാറിന് സാധ്യമാകുന്നതിന്റെ പിന്നിലുള്ള ഈ കാവ്യശിക്ഷണം എന്താണെന്ന് പറയാൻ പറ്റുമോ.

ഒ എൻ വി : അതൊരു സ്വയം ശിക്ഷണത്തിന്റെ ഫലമായി വന്നതാണ്. ഈ സ്വയം ശിക്ഷണം എന്ന് പറയുമ്പോൾ നമ്മൾ വായിക്കുന്നതിൽനിന്ന് നമ്മളെത്തന്നെ ചിലത് പഠിപ്പിക്കുന്നു. നേരെമറിച്ച് ഒരാദരവില്ലാതെ അത് വായിച്ചാൽ നമുക്കതിൽനിന്ന് കാര്യമായിട്ട് കിട്ടില്ല. ഈ ദ്വിതീയാക്ഷരപ്രാസം വന്നുപോകുന്നതാണ്. വന്നു പോയാൽ മാത്രമേ ഞാനത് സ്വീകരിക്കൂ. മനഃപൂർവം അതിനുവേണ്ടി ശ്രമിക്കില്ല. മനഃപൂർവം ശ്രമിച്ച് വന്നാൽ വളരെ മോശമാവുകയും പരമബോറാവുകയും ചെയ്യും.

"കായംകുളത്തൊരു കറുത്ത കടത്തുകാരൻ
കായും കുറച്ച് കയറും കലവും കയറ്റി

കായൽക്കുമധ്യെ വരുമപ്പൊഴുതായവൻ പ-
ങ്കായം കളഞ്ഞു കരയാതെ കരഞ്ഞു കഷ്ടം." എന്ന് ഇതിന്റെ പരിഹാസ്യതയെ ഉദാഹരിക്കാൻ വേറെ ശ്ലോകങ്ങൾ ഉണ്ട്. ആ തരത്തിലുള്ള പരിഹാസ്യമായ തരത്തിൽ പ്രയോഗിക്കാൻ പാടില്ല. സ്വാഭാവികമായിട്ട് അങ്ങനെ വരുന്നു. എന്തെന്നുവച്ചാൽ അത്തരം കവിതയെ സംബന്ധിച്ചുള്ള നമ്മുടെ വായിച്ചുള്ള ശീലങ്ങളുണ്ടല്ലോ അതിൽനിന്നും വന്നതാണ്. പക്ഷേ ദ്വിതീയാക്ഷരപ്രാസ വാദത്തിനൊക്കെ എതിരായിട്ട് നിന്ന എ ആർ രാജരാജവർമ്മയുടെ സ്കൂളിലായിരുന്നു ആശാനും.

എം എ ബേബി : ആശാനും എഴുതിയിട്ടുണ്ട്.

ഒ എൻ വി : 'ഓതിനീണ്ട ജടയും നഖങ്ങളും
ഭൂതിയും ചില..."
"ഹാ പുഷ്പമേ അധികതുംഗപദത്തിലെത്ര
ശോഭിച്ചിരുന്ന..." ഇവിടെയെല്ലാം ദ്വിതീയാക്ഷരപ്രാസം; അതു വന്നു പോകുന്നതാണ്. വന്നുപോകുന്നതിനെ പ്രാസം പാടില്ല എന്ന് പറഞ്ഞ് തള്ളിക്കളയാറില്ല. പിന്നെ മറ്റൊന്ന് ഒരു സംഗീതപ്രിയത്വമുണ്ട്. അതെനിക്കുള്ളതാണ്.

സരോജിനിച്ചേച്ചി: എഴുതിക്കഴിഞ്ഞാൽ അതിങ്ങനെ ചൊല്ലും. ചൊല്ലുമ്പോൾ എവിടെയെങ്കിലും ഒരു കല്ലു കടിക്കണപോലെയാണെങ്കിൽ പിന്നേം പിന്നേം ചൊല്ലുമ്പോൾ വേറെ വാക്ക് അവിടെ വരും.

എം എ ബേബി : ചൊല്ലിക്കേട്ട് ചേച്ചി എന്തെങ്കിലും പ്രതികരണങ്ങൾ പറയാറുണ്ടോ?

സരോജിനിച്ചേച്ചി: അതൊന്നുമില്ല. എല്ലാം എഴുതിക്കഴിഞ്ഞ്.

ഒ എൻ വി : പറയാറൊക്കെയുണ്ട്.

ഒ എൻ വി : ഉത്തമബോധ്യം വരുന്ന ഏതും ആര് പറഞ്ഞാലും ഞാൻ സ്വീകരിക്കും. അവിടൊന്നും പിടിവാശിയൊന്നുമില്ല. ഞാൻ പേര് പറയാൻ ഇഷ്ടപ്പെടുന്നില്ല, ഒരു സീനിയർ കവി. അദ്ദേഹം ഒരിക്കൽ ഒരു ആട്ടക്കഥ എഴുതി. അത് അവതരിപ്പിക്കുമ്പോൾ എന്നെയും കാണാൻ വിളിച്ചു. ഞാൻ പോയി. അപ്പോൾ അവിടെനിന്ന് നായിക ദുഃഖത്തോടെ പറയുകയാണ്. "ഞാനിക്കണ്ണീരിലലിയുന്ന മണ്ണാങ്കട്ടാ" എന്ന്. കണ്ണീരിലലിയുന്ന മണ്ണാങ്കട്ട എന്ന ആശയം നല്ലതാണ്. ഒരു മൺകട്ടയാണ് ഞാൻ. ഈ കണ്ണീരിൽ, പക്ഷേ എന്റെ ജീവിതം കുതിർന്നു. നല്ല ആശയമാണ്. ഇംഗ്ലീഷിലോ മറ്റോ തർജമ ചെയ്താൽ വളരെ നന്നായിരിക്കും. പക്ഷേ ഒരു പാട്ടിൽ ഒരു കവിതയുടെ

അവസാനത്തിൽ ഈ കട്ടാ എന്ന് വരാൻ പാടില്ല. (ചിരി) നമ്മൾ ഹാർമോണിയത്തിന്റെ കട്ടകളിലാണ് സ്വരസ്ഥാനങ്ങൾ കണ്ടിരിക്കുന്നതുപോലും. ഞാൻ അതിങ്ങനെ സുഹൃത്തിനോട് ആദരവോടെ തന്നെ പതുക്കെ അവിടെയിരുന്ന് പറഞ്ഞു. ഈ മണ്ണാങ്കട്ട എന്ന് അവസാനിക്കരുത്. അപ്പോൾ 'എന്താ ഹേ? അതൊക്കെ നിങ്ങളുടെ ഈ സംഗീതത്തോടുള്ള അടിമത്തമാണ്' എന്ന് അദ്ദേഹം പറഞ്ഞു. ഞാൻ പിന്നെ വാദിക്കാൻ പോയില്ല. അപ്പോൾ ഇതോ രോരോ മനോഭാവങ്ങളാണ്. ഇദ്ദേഹമാണെങ്കിൽ ഒരുപക്ഷേ ഈ കഥകളിസംഗീതമൊക്കെ കേട്ടിരിക്കുന്നു എന്നു പറഞ്ഞാലും കഥകളിസംഗീതത്തിൽ ഉണ്ടല്ലോ പച്ചഗദ്യം പോലുള്ള പദങ്ങളെഴുതിയ ആട്ടക്കഥാകാരന്മാർ. നേരെ മറിച്ച് ഉണ്ണായിവാര്യരെ ഒരുപാട് ഉച്ഛൃഖലത്വം കാണിച്ചിട്ടുണ്ടെങ്കിലും പാടിക്കേൾക്കുമ്പോഴാണ് അതിന്റെ സുഖമറിയുന്നത്. അപ്പോൾ സംഗീതപ്രിയത്വം കൊണ്ടുണ്ടായ ഡിസിപ്ലിനിങ് ഉണ്ട്.

എം എ ബേബി : തന്റെ ജീവിത ചുറ്റുപാടുകളും സമൂഹത്തിലെ സംഭവവികാസങ്ങളുമൊക്കെ ഏതൊരെഴുത്തുകാരനെയും സ്വാധീനിക്കും. ഇടതുപക്ഷമായും കമ്യൂണിസ്റ്റ് പാർട്ടിയുമായും വളരെ ആത്മബന്ധം എന്നും

പുലർത്തിയിട്ടുണ്ട് എന്നുള്ളത് സാറിന്റെ ഒരു കരുത്തായിട്ടാണ് ഞങ്ങൾ പലരും കാണുന്നത്, സമൂഹം കാണുന്നത്.

ഒ എൻ വി : ദൗർബല്യമായി കരുതിയാലും കുഴപ്പമില്ല. പല വിശുദ്ധദൗർബല്യങ്ങളുണ്ടല്ലോ, ആ കൂട്ടത്തിൽ കൂട്ടാം.

എം എ ബേബി : എന്നാൽ സാർവദേശീയമായിത്തന്നെ കമ്യൂണിസ്റ്റ് പ്രസ്ഥാനത്തിൽ പല സംഭവവികാസങ്ങളും ഉണ്ടായി. ഇന്ത്യയിലാണെങ്കിൽ കമ്യൂണിസ്റ്റ് പാർട്ടി രണ്ട് പാർട്ടികളായിട്ട് പിരിഞ്ഞു. അത് സാറിന്റെ സ്വത്വത്തെ സാറിന്റെ വികാരവിചാരങ്ങളെയൊക്കെ സ്വാധീനിച്ചിട്ടുണ്ടാവുക സ്വാഭാവികമാണ്. അതേസമയം ആ ചരിത്രമുഹൂർത്തത്തെ സാറ് സമീപിച്ചതിനെക്കുറിച്ച് പലതരം വിമർശനങ്ങളും പിന്നീട് ഉണ്ടായിട്ടുണ്ട്. അപ്പോൾ സ്വാഭാവികമായും ഞങ്ങൾക്ക് ആ കാലഘട്ടത്തെക്കുറിച്ച് അറിയാൻ, സാറ് ഒരു വലിയ വിശ്വാസ പ്രതിസന്ധിയുടെ സന്ദർഭങ്ങളായിട്ട് വീക്ഷിക്കാവുന്ന ആ നാളുകളെ എങ്ങനെ മറികടന്നുവെന്നറിയാൻ താൽപ്പര്യമുണ്ട്. കൊച്ചു ദുഃഖത്തിന്റെ പച്ചത്തുരുത്തിൽ പിന്നെ അഭയം തേടി എന്നെല്ലാം പറയുകയുണ്ടായി.

സരോജിനിച്ചേച്ചി: വിമർശനങ്ങളും.

എം എ ബേബി : ആക്ഷേപങ്ങളും വിമർശനങ്ങളും ഒക്കെ ഉയർന്നൊരു കാലഘട്ടമുണ്ട്.

ഒ എൻ വി : 'റനിഗേഡ്' എന്ന് വരെ ചിലരെന്നെ വിളിച്ചിട്ടുണ്ട്.

എം എ ബേബി : സാറിന് സാറിന്റെ നിലപാടുകൾ വിശദീകരിക്കാനുള്ള ഒരു സന്ദർഭമാണിത്.

ഒ എൻ വി : എന്തായാലും ഈ ചോദ്യം ചോദിച്ചതിന് എനിക്ക് വളരെയധികം സന്തോഷമുണ്ട്. കടപ്പാടുപോലും തോന്നുന്നു. കാരണം ഈ മനസ്സിൽ തട്ടിയ ഒരു ദുഃഖം... സോവിയറ്റ് യൂണിയന്റെ പതനത്തിൽ 'യവ്തുഷെംഗോ' ഒരു കവിത എഴുതി. *Russia is lost in Russia* എന്ന്. റഷ്യ റഷ്യയിൽ വച്ച് നഷ്ടപ്പെട്ടിരിക്കുന്നു, എന്ന്. ഒരു അന്ധയായ മുത്തശ്ശി തന്റെ പൈക്കിടാവിനെ കാണാതെ പോയി നിലവിളിച്ചലയുന്നതുപോലെ റഷ്യയെ അദ്ദേഹം ഉപമിക്കുന്നു. വൈക്കോൽക്കൂനയിൽ കാണാതെപോയ ഒരു സൂചി, തിരയുന്നതുപോലെ റഷ്യ റഷ്യയെ അന്വേഷിക്കുന്നു എന്നു പറഞ്ഞു. യവ്തുഷെംഗോവെപ്പോലെ ഒരു കവിക്ക് മാത്രമേ അത് പറയാൻ സാധിക്കൂ. തീർച്ചയായിട്ടും ഒരു രാഷ്ട്രീയ നേതാവിന് അതു പറയാൻ പറ്റില്ല. അത് ഒരു കവിയുടെ പ്രതിസ്പന്ദ

മാണ്. അതുപോലെ എനിക്കെന്റെ മനസ്സിൽ തോന്നിയ ദുഃഖങ്ങൾ... ആ അവസരത്തിൽ നമ്മൾ വളരെയധികം സ്നേഹിച്ച ഒരുപക്ഷേ മാനസികമായിട്ട് വളരെയധികം സമരസപ്പെട്ട ഒരു പ്രസ്ഥാനം രണ്ട് കക്ഷികളായി മാറുകയും ഏറ്റവുമധികം ആദരിച്ചവർ ഈ രണ്ടിലായിട്ട് വേർപിരിഞ്ഞ് നിൽക്കുകയും ചെയ്യുന്ന ഒരവസരം വരികയും അവർ തമ്മിൽ ശക്തിയായ വാക്പ്പോരുകൾ നടത്തുകയും ഒക്കെ ചെയ്യുമ്പോൾ സ്വാഭാവികമായിട്ടും ഒരു ദുഃഖമുണ്ടായി. ആ ദുഃഖം ആവിഷ്കരിക്കാതെ ഒളിച്ചുവെക്കുക എന്നത് തീർച്ചയായിട്ടും intellectual honesty എന്ന് നമ്മൾ പറയാറുണ്ടല്ലോ അതിനു ചേർന്നതല്ല.

എം എ ബേബി : സത്യസന്ധതയല്ല.

ഒ എൻ വി : സത്യസന്ധതയല്ല. അതുപോലെ 'poetic honesty' എന്നും പറയാറുണ്ട്. Intellectual honesty യെപ്പോലെതന്നെ 'Poetic honesty'യും ഉണ്ട്. 'കാവ്യനീതി' എന്നൊക്കെ പറയുന്നതുപോലെ. ഒരു കവിക്ക് സത്യസന്ധത വേണം. ചില ആളുകൾ ഒരുദിവസം രാവിലെ ചേരിമാറിനിന്നുകൊണ്ട് അതുവരെയുണ്ടായിരുന്ന ചേരിയെ അപ്പടി ചീത്ത പറയുന്ന ഒരു

സ്വഭാവം ഇപ്പോഴും ഉണ്ട്. ഒരു ചേരിയെ നിയമസഭയിലോ രാജ്യസഭയിലോ പാർലമെന്റിലോ പ്രതിനിധീകരിച്ച ഒരാള് മറ്റേ ക്യാമ്പിലേക്ക് രായ്ക്കുരാമാനം യാതൊരു മനസ്സാക്ഷിക്കുത്തും കൂടാതെ മാറുന്നതുകാണാം. കവിയെ അതുപോലെ കാണരുത്. അവർക്കങ്ങനെ മാറാൻ പറ്റില്ല. പക്ഷേ ദുഃഖം തോന്നുകയും ചെയ്യും. അപ്പോൾ എന്തുവേണം. ആ ദുഃഖം ആവിഷ്കരിക്കണം. പക്ഷേ ആ ദുഃഖം ആവിഷ്കരിക്കുമ്പോൾ ആത്യന്തികമായി ആ പ്രസ്ഥാനത്തെ നിഷേധിച്ചുകൊണ്ടോ അല്ലെങ്കിൽ പ്രസ്ഥാനത്തെ നിരാകരിച്ചുകൊണ്ടോ അല്ല, അല്ലാതെ തന്നെ, ഇപ്പോൾ വൈലോപ്പിള്ളി തന്നെ സ്വന്തം അമ്മയെ വിമർശിച്ചുകൊണ്ട് കവിത എഴുതിയിട്ടുണ്ട്. പക്ഷേ അവിടെ അമ്മ എന്ന് പറയുന്ന ആ ഒരു അനിർവചനീയമായ എന്തോ ഒന്നുണ്ടല്ലോ. അതിന്റെ നേർക്ക് അനാദരവൊന്നും ഇല്ല. പ്രത്യേകിച്ച് അദ്ദേഹത്തിന്റെ ഒരനുഭവം പറഞ്ഞുവെന്നു മാത്രം. അതുപോലെ ഞാൻ അന്ന് പലയോഗങ്ങളിലും പറഞ്ഞിട്ടുണ്ട്. സോളമൻ ചക്രവർത്തിയുടെ മുമ്പിൽ ഒരു കുഞ്ഞിനെ കൊണ്ടുവച്ചിട്ട് രണ്ടമ്മമാർ തർക്കിച്ചപ്പോൾ കുഞ്ഞിനെ മുറിച്ചു കൊടുക്കാൻ ചക്രവർത്തി പറഞ്ഞു. അപ്പോൾ ഒരു സ്ത്രീ കുഞ്ഞിനെ മുറിക്കണ്ട അതവളെടുത്തു കൊള്ളട്ടെ എന്നുപറഞ്ഞു. അവളാണ് അമ്മ. കവി ആ ഭാഗത്താണ്. മുറിച്ചേ അടങ്ങൂ എന്ന് ശഠിച്ചുകൊണ്ടു നിന്ന കവികളുണ്ടാകും. അവർക്ക് അവരുടെ മനസ്സിൽ അവരുടെ ഹൃദയത്തിൽ ഈ പ്രസ്ഥാനം ഉണ്ടായിരുന്നില്ല. അപ്പോൾ എന്തായാലും ഞാൻ പറയുന്നത്, അല്ലെങ്കിൽ മറ്റെന്തെങ്കിലും കാരണവശാൽ അല്ലെങ്കിൽ വർഗബന്ധങ്ങളെ അപഗ്രഥിക്കുന്ന കാര്യത്തിലുള്ള വ്യത്യസ്ത സമീപനങ്ങൾ കൊണ്ടൊക്കെത്തന്നെ പിളർപ്പുകളും വിഭാഗമാറ്റങ്ങളും ഒക്കെ വന്നു എന്നു വരും. അത് വേറെ ഭാഗമാണ്. പ്രസ്ഥാനത്തിനെ ചോദ്യം ചെയ്യുന്നില്ല. പക്ഷേ അത് ദുർബലമാകുന്നു. എന്റെ ഉത്തമവിശ്വാസം ഇന്നും അതെന്റെ വ്യക്തിപരമായ വിശ്വാസമായിട്ട് കരുതിയാ മതി. ജ്യോതിബസു പ്രധാനമന്ത്രിയായിത്തീരാതെ (ചിരി) പോയത് ചരിത്രപരമായ ഒരു വലിയ അബദ്ധമായിപ്പോയി എന്നെനിക്ക് തോന്നുന്നു. ഒരുദിവസമെങ്കിൽ ഒരുദിവസമെങ്കിലും ഈ ഇന്ത്യയുടെ ദേശീയ പ്രസ്ഥാനത്തിൽനിന്ന് ഉടലെടുത്തുവന്ന ആ പുരോഗമന പ്രസ്ഥാനത്തിന്റെ നായകൻ അവിടെ പ്രധാനമ

ന്ത്രിയായിരുന്നുവെങ്കിൽ.....

സരോജിനിച്ചേച്ചി: ആ സ്ഥാനത്തിരിക്കണമായിരുന്നു എന്ന് ആഗ്രഹിച്ചിരുന്ന ആളാണ്.

ഒ എൻ വി : ആഗ്രഹിച്ചിരുന്നതാണ്. അതെന്തുകൊണ്ട് ആഗ്രഹിച്ചു എന്ന് ചോദിച്ചാൽ ആ പ്രസ്ഥാനത്തോടുള്ള സ്നേഹംകൊണ്ടാണ് ആഗ്രഹിച്ചത്. പക്ഷേ അത് സ്വീകരിക്കാനോ നിരാകരിക്കാനോ പാർട്ടിയെ പ്രേരിപ്പിക്കുന്ന കാര്യങ്ങൾ വേറെയായിരിക്കും. ഞാൻ അതിനെ ചോദ്യം ചെയ്യുന്നില്ല. ഞാൻ അതിലേക്ക് കടക്കുന്നുമില്ല. അപ്പോൾ നമ്മുടെ രാജ്യത്ത് അത് എന്തുകൊണ്ടാണെന്ന് ചോദിച്ചാൽ അത് ഒരു പ്രത്യേകമായ, ഒരു പ്രത്യേക കക്ഷിയോടുള്ള അന്ധമായ സ്നേഹംകൊണ്ടൊന്നുമല്ല. മറിച്ച് അപ്പോഴും എനിക്ക് ചോദിക്കാനുള്ളത്, ലോകം ഇങ്ങനെ മാറിത്തീരണം എന്ന് സ്വപ്നം കണ്ടവരാണ്- പല ദാർശനികരും പല സാമ്പത്തിക ശാസ്ത്രവിദഗ്ധരും പല രാഷ്ട്രമീമാംസാ വിദഗ്ധരും എല്ലാവരും തന്നെ. പക്ഷേ നാളത്തെ ലോകം എന്നു പറഞ്ഞ് ഒരു ലോകത്തിന്റെ Blue print-ആ വാക്ക് ഞാൻ സാങ്കേതികമായിട്ട് ഉപയോഗിക്കുകയാണ്- ആവിഷ്കരിക്കുമ്പോൾ 'Where the mind is without fear' എന്നൊക്കെ ടാഗോർ പറഞ്ഞിട്ടുള്ളതിന്റെ പ്രസക്തി

ഓർക്കണം. സ്വാതന്ത്ര്യത്തിന്റെ സ്വർഗത്തെപ്പറ്റി! അതിനെ ഞാൻ ആദരിക്കുന്ന കൂട്ടത്തിലാണ്. എന്നാൽ ടാഗോറിന്റെ കവിതയിൽ സാമ്പത്തികമായീ നിർവചനങ്ങളാരായരുത്, സാമ്പത്തികമായി ഏറ്റവും മനോഹരമായ നാളത്തെ ലോകത്തിന്റെ ഒരു നിർവചനമാണ് 'Each for all and all for each' ഓരോരുത്തരും എല്ലാവർക്കും വേണ്ടിയും എല്ലാവരും ഓരോരുത്തർക്കും വേണ്ടിയും എന്ന നില വന്നു കഴിയുമ്പോൾ 'concern for the other person is the starting point of civilization' എന്ന് വിശ്വസിക്കുന്ന ഒരാൾക്ക് ആ Blue print നപ്പുറത്തൊരു print ഇതുവരെ ഉണ്ടായിട്ടില്ല. അത് മാർക്സ് ഉണ്ടാക്കിയതാണ്. അതാണാ മനുഷ്യനോടുള്ള സ്നേഹം. അതേസമയത്ത് ആ മനുഷ്യൻ വലിയൊരു മനുഷ്യനായിരുന്നു. സ്നേഹിച്ച ജെന്നിയുമായിട്ടുള്ള ബന്ധം, തന്റെ കുടുംബത്തിലെ മക്കൾക്കൊന്നും ചെയ്യാൻ കഴിഞ്ഞില്ലല്ലോ എന്ന ദുഃഖം, ആ ബ്രിട്ടീഷ് മ്യൂസിയം ലൈബ്രറിയിൽ അദ്ദേഹമിങ്ങനെ നിന്നുകൊണ്ട് – ഇരിക്കാൻ വയ്യാതെ– നിന്നുകൊണ്ടെഴുതിയ ഒരു സ്റ്റാന്റുകണ്ടിട്ടുണ്ട്. അതേ ജർമനിയിലെ എത്രയോ ഉന്നതമായ പദവികൾ അദ്ദേഹത്തിന് പലരും കൊടുക്കാമെന്ന് പറഞ്ഞതാണ്. അതൊക്കെ തള്ളിക്കളഞ്ഞു. അതൊക്കെ വലിയൊരു ത്യാഗമാണ്.

എം എ ബേബി : ഇതെല്ലാം സാറ്
"ശവകുടീരത്തിൽ നീയുറങ്ങുമ്പോഴും
ഇവിടെ നിൻ വാക്ക് ഉറങ്ങാതിരിക്കുന്നു" എന്നു തുടങ്ങുന്ന കവിതയിൽ പറഞ്ഞിട്ടുണ്ട്.
(ഒ എൻ വി യും കൂടെ ചൊല്ലുന്നു)

ഒ എൻ വി : ആ നിൻ വാക്ക് എന്തെന്നറിയാമോ? നാളെ നിങ്ങൾ എല്ലാവരും ഓരോരുത്തർക്കും വേണ്ടിയും ഓരോരുത്തരും എല്ലാവർക്കും വേണ്ടിയും ശ്രമിക്കുന്ന ഒരു ലോകം വരണം, എന്ന ആ വാക്കാണ് ഞാനവിടെ മനസിൽ ഉദ്ദേശിക്കുന്നത്.

എം എ ബേബി : ഈ ദാർശനികമായ തലങ്ങളിലേയ്ക്കെല്ലാം സാറിന്റെ സർഗാത്മക രചനകൾ വികസിക്കുന്നതിന്റെ ഒരു പ്രധാന ഘട്ടത്തിൽ പാരിസ്ഥിതികമായ അവബോധം സാറിന്റെ രചനകളിൽ സ്വാഭാവികമായി കടന്നുവരുന്നത് ഞങ്ങളെല്ലാം കണ്ടിട്ടുണ്ട്. *ഭൂമിക്കൊരു ചരമഗീതം* പോലെയെല്ലാമുള്ള രചനകൾ.

ഒ എൻ വി : 'വരുന്ന നൂറ്റാണ്ടിലൊരു ദിനം'

എം എ ബേബി : അപ്പോളിതിൽപ്പിന്നെ സാറിന്റെ വിസ്തൃതമായ വായ

നയും ലോകസംഭവവികാസങ്ങളുടെ വിശകലനവും കവിതയായിട്ട് ഊറിയൂറിക്കൂടുന്ന ഒരനുഭവം.

ഒ എൻ വി : കവിതയിലേക്ക് സംക്രമിക്കുന്ന സഞ്ചിത സംസ്കാരം എന്നാണ് സാങ്കേതികമായി പറയുക.

എം എ ബേബി : ഇതൊരു കവിത ആകുമ്പോൾത്തന്നെ കർമമായി മാറുന്നുണ്ട്. ഇപ്പോൾ സൈലന്റ്‌വാലിയുടെ സംരക്ഷണത്തിന് വേണ്ടിയുള്ള പ്രസ്ഥാനത്തിൽ...

ഒ എൻ വി : അല്ല. കവിതയിൽക്കൂടി സഹകരിച്ചിട്ടേയുള്ളൂ. അല്ലാതെ ഞാനൊന്നും ചെയ്തിട്ടില്ല. സുഗതകുമാരിയൊക്കെ ചെയ്തപോലെയൊന്നും ചെയ്തിട്ടില്ല. അതു ഞാൻ സമ്മതിക്കുന്നു.

എം എ ബേബി : പക്ഷേ അതിലൊരു വളരെ വ്യക്തമായ നിലപാട് സാറ്...

ഒ എൻ വി : കവിയുടെ രാഷ്ട്രീയബന്ധത്തെ സംബന്ധിച്ച് ടാഗോറും ഗാന്ധിജിയും തമ്മിലുള്ള സംവാദം എനിക്ക് മാർദർശകമാണ്. ഞാനവിടെ ടാഗോറിന്റെ പക്ഷത്താണ്. ഗാന്ധിജിയെ മഹാത്മാ എന്ന് വിളിച്ചയാളാണ് ടാഗോർ. പക്ഷേ മഹാത്മാഗാന്ധി ടാഗോറിനെ രാഷ്ട്രീയത്തിലേക്ക് ക്ഷണിച്ചപ്പോൾ അദ്ദേഹം പോയില്ല; കാരണം ഓരോരുത്തർക്കും അവരവരുടേതായ ഒരു sense of vocation ഒരു നിയുക്തതാബോധം ഉണ്ട്. ആ നിയുക്തതാബോധത്തിനപ്പുറത്ത് ചാടിക്കളിച്ചാൽ അത് ബുദ്ധിമുട്ടാകും. അപ്പോൾ ചോദിക്കാം, താനീ ഇലക്ഷന് നിന്നില്ലേ. അത് രാഷ്ട്രീയബന്ധമല്ലേ? സാധാരണ രാഷ്ട്രീയക്കാരൊക്കെ നിൽക്കുന്നതുപോലെ നിന്നു. അതും ഒരു നിയുക്തതാബോധമായിരുന്നു. കാരണം ഞാൻ വിശ്വസിക്കുന്ന ഒരു പ്രസ്ഥാനത്തിലെ രണ്ടു ഭാഗത്തുള്ളവരും ഒന്നിച്ചുവന്ന് ഞങ്ങൾ രണ്ടുപേരും ആഗ്രഹിക്കുന്നു; നിൽക്കണം എന്ന് പറഞ്ഞപ്പോൾ നിന്ന് കൊടുക്കണം എന്ന് തോന്നി. അതുകൊണ്ട് തന്നെയാണ് നിന്നത്. നിന്ന് തോറ്റു. നല്ല സുന്ദരമായി തോറ്റു എന്നു വേണമെങ്കിൽ എതിരാളികൾ പറഞ്ഞ ഭാഷയിൽ പറയാം. പക്ഷേ തോറ്റതിന്റെ അടുത്ത ദിവസം എന്നെ രാജ്യസഭയിലേക്കയക്കണമെന്ന് ഞാൻ മാർക്സിസ്റ്റ് പാർട്ടിയോടോ സി പി ഐ യോടോ പറഞ്ഞതിന് ഒരു രേഖയുണ്ടോ? പറയൂ. ഇല്ലല്ലോ. അതല്ല ഇവിടുത്തെ പതിവ്,

സരോജിനിച്ചേച്ചി: പറഞ്ഞിട്ടുമില്ല, ആഗ്രഹിച്ചിട്ടുമില്ല. എന്നാൽ പിന്നെ ഇതൊരു നാണക്കേടായി തോന്നിയേനെ.

ഒ എൻ വി : അതെ. അങ്ങനെയുള്ള ആളുകൾക്ക് ഈ കവിതയുടെ അടരുകളിലേക്കൊന്നും പോകാൻ സാധിക്കില്ല.

പിന്നെ മറ്റൊന്ന്, നേരത്തെ പറഞ്ഞതുപോലെ ഈ പറഞ്ഞ ദാർശനികതലങ്ങളിലേക്കൊന്നും പോയിട്ടല്ല പലരും കവിത ആസ്വദിക്കുന്നത്. കവിതയുടെ വാച്യാർഥത്തിൽ വച്ചുതന്നെ ആസ്വാദനം നിലയ്ക്കുന്ന ചില ആളുകളുണ്ട്. അവരിൽപ്പലരും എന്നോടു ചോദിച്ചു. താൻ *ഭൂമിക്കൊരു ചരമഗീതം* പാടിയില്ലേ. പുരോഗമന പ്രസ്ഥാനത്തിൽ നിൽക്കുന്ന ഒരു കവിക്ക് ഇത്രയും വിഷാദാത്മകനാകാൻ എങ്ങനെ കഴിഞ്ഞു എന്ന് എന്നോടു ചോദിച്ചു. ചിലയാളുകൾ, രാഷ്ട്രീയപ്രവർത്തകർ തന്നെയാണ്.

എം എ ബേബി : അത് യഥാർഥത്തിൽ വിഷാദാത്മകതയല്ല.

ഒ എൻ വി : വിഷാദാത്മകത്വമല്ല. അത്; എന്ന് മനസിലാക്കുന്നില്ല. അതൊരു ആഘാതമേൽപ്പിക്കലാണ്. ദാ നമ്മള് നമ്മുടെ അമ്മയെ കൊല്ലുകയാണ് ഈ ചെയ്യുന്നതുകൊണ്ട് എന്നു പറയുമ്പോഴുണ്ടാകുന്ന ഒരാഘാതം ഏൽപ്പിക്കുകയാണ് ഉദ്ദേശിക്കുന്നത്.

എം എ ബേബി : "മരണമേ വരം കിരാത –
ഭരണമാർന്ന ഭൂമിയിൽ" എന്ന് വൈലോപ്പിള്ളി പറയുന്നത് മൃത്യുപാസനയല്ല.

ഒ എൻ വി : അല്ല.

എം എ ബേബി : ഈ സാഹചര്യത്തിൽ ഇതിനെക്കാളും ആശാസ്യം മരണമാണെന്ന് പറയുമ്പോൾ സാഹചര്യത്തിന്റെ ഭീകരത ചിത്രീകരിക്കാൻ വേണ്ടിയുള്ള ഒരു നിരീക്ഷണമാണത്. സ്ത്രീയുടെ വേദനയും സ്ത്രീയുടെ പ്രശ്നങ്ങളും സാറിന്റെ രചനകളിൽ പാരിസ്ഥിതിക അവബോധം പോലെതന്നെയുള്ള ഒരു അടിസ്ഥാന ഘടകമാണെന്നെനിക്ക് തോന്നുന്നു. സർഗാത്മക പരിണാമങ്ങളുടെ ഒരു പ്രത്യേക ഘട്ടത്തിലാണ് *സ്വയംവരം* മാധവിയെന്ന ഒരിതിഹാസ കഥാപാത്രത്തെയെടുത്ത് സ്ത്രീത്വത്തിന്റെ അവസ്ഥ ചിത്രീകരിക്കാൻ സാറ് പിന്നെ തയാറായത്.

ഒ എൻ വി : മാധവിയുടെ കഥയെടുക്കാൻ കാരണം ഒരിക്കൽ ആകാശവാണിയിൽനിന്ന് *മഹാഭാരത*ത്തിലെ ചില പുരാതന നായികമാരെപ്പറ്റി, ഒരു വനിതാവേദി എഴുതാൻ ഇദ്ദേഹത്തോട് (സരോജിനി) പറഞ്ഞു.

സരോജിനിച്ചേച്ചി: അപ്രശസ്തകളായ നായികമാരെപ്പറ്റി.

ഒ എൻ വി : അപൂർവ നായികമാർ.

സരോജിനിച്ചേച്ചി: അല്ല അപ്രശസ്ത തന്നെ. ആർക്കും അറിയില്ലായിരുന്നല്ലോ. അങ്ങനെ അത് തേടിപ്പിടിച്ചാണ് ഞാൻ എഴുതിയത്.

ഒ എൻ വി : സരോജിനി എഴുതി. അത് ഞാൻ വായിച്ചുനോക്കി

യപ്പോൾ വ്യാസൻ വളരെയധികം അപ്രശസ്ത നായികമാരിലൂടെയാണ് ജീവിതം ആവിഷ്കരിക്കുന്നതെന്നു തോന്നി. ഒരു വെറും ക്രയവിക്രയ സാധനമായിട്ട് സ്ത്രീയെ മാറ്റുന്നതും അതിനോടൊരു സ്ത്രീ പ്രതിഷേധിച്ചതും വ്യാസനെഴുതിയിരിക്കുന്നല്ലോ എന്ന് തോന്നി. അപ്പോൾ "വ്യാസോച്ഛിഷ്ടം ജഗത്സർവം" എന്നൊരു ചൊല്ലുണ്ട്. വ്യാസന്റെ കൈയിൽനിന്ന് തെറിച്ച് വീണതേയുള്ളൂ. ഇരുപതാം നൂറ്റാണ്ടിലാണ് 'മാധവി' എഴുതിയത്. 20-ാം നൂറ്റാണ്ടിലെ Feminism എന്ന് പറയുന്നതിന്റെ പോലും ഒരു spirit അതിനകത്തുണ്ട്. തന്നോടൊപ്പം പൊറുത്ത മൂന്ന് രാജാക്കന്മാരും തന്റെ മുമ്പിൽ സ്വയംവരാർഥികളായിട്ട് വന്നിരിക്കുമ്പോൾ അവരെ നോക്കി മൂന്ന് രാജാക്കന്മാരുടേയും ഒരു മഹർഷിയുടേയും കൂടെ പൊറുത്തവളാണ് താൻ എന്ന് അവൾ പറയുന്നു. ഞാൻ നാല് കുഞ്ഞുങ്ങളുടെ അമ്മയാണ്. നിങ്ങൾക്ക് വേണോ എന്നെ എന്ന് ചോദിച്ചപ്പോൾ അവരുടെ മുഖത്ത് Feminismത്തിന്റെ ഏറ്റവും വലിയ അന്തസ്സുള്ള ചോദ്യമാണ് നിറഞ്ഞു നിന്നത്. അല്ലാതെ വസ്ത്രം എങ്ങനെ വേണം,

ഭർത്താവു വരുമ്പോൾ ഇങ്ങനെ കാലുപൊക്കി സ്റ്റൂളിലോട്ട് വയ്ക്കണോ എന്നുള്ളതല്ല അവിടെത്തെ ഫെമിനിസ്റ്റ് ചർച്ചാ വിഷയം. എന്നിട്ട് 'ഞാനീ വനത്തെ വരിക്കുന്നു" എന്നുപറഞ്ഞ് ആ വരണമാല്യം വനത്തിലേക്കെറിഞ്ഞ് മാധവി ഓടി അപ്രത്യക്ഷയാവുന്നു. ഇതിൽപ്പരം അതിമനോഹരമായ, ശക്തമായ രൂക്ഷമായ, തീക്ഷ്ണമായ, ഒരു feminist spirit ഉള്ള കഥയില്ലെന്ന് തോന്നുന്നു. അതുകൊണ്ട് എഴുതിയതാണ്. പിന്നീട് Feminism എന്നു പറഞ്ഞുവന്നിരിക്കുന്ന പല സംഗതികളിലും ഞാൻ നോക്കിയപ്പോൾ; ഈ മാധവി എന്ന കഥാപാത്രത്തെ വ്യാസൻ സൃഷ്ടിച്ചത് എത്ര യുഗങ്ങൾക്കപ്പുറത്താണ് എന്നു തോന്നി. വ്യാസന് ഒരു നമസ്കാരം പറഞ്ഞുകൊണ്ടാണ് ഞാനീ *സ്വയംവരം* എന്ന കവിത എഴുതിയിട്ടുള്ളത്. അതിൽ വ്യാസന് ഒരു തിരുവാഴ്ത്ത് ഉണ്ട്. വ്യാസൻ പറഞ്ഞത് എഴുതിക്കൊടുത്ത ഗണപതിയുടെ സങ്കൽപ്പത്തിൽ ഇടതടവില്ലാതെ എഴുതുന്ന ഒരുത്തൻ വേണമെന്നുള്ള കൽപ്പനയാണുള്ളത്. അതൊക്കെ കഥകളാണ്, കൽപ്പനകളാണെന്ന് വയ്ക്കുക. ആ വിഘ്നേശ്വരനും തിരുവാഴ്ത്ത് പറഞ്ഞുകൊണ്ടാണ് ഞാനീ കവിതയെഴുതിയത്. പക്ഷേ അത്രത്തോളമൊന്നും അതിന്റെ അർഥങ്ങളിലേക്ക് കടക്കാൻ കഴിഞ്ഞോ എന്നറിയില്ല. പിന്നെ ലീലാവതി ടീച്ചറെപ്പോലെയോ മറ്റോ ഉള്ള അപൂർവം ചിലയാളുകളല്ലാതെ പലരും അതിന് ശ്രമിച്ചിട്ടില്ല.

എം എ ബേബി : എനിക്ക് തോന്നുന്നു. *ചിന്താവിഷ്ടയായ സീത*യിലൂടെ കുമാരനാശാൻ നിർവഹിച്ച...

ഒ എൻ വി : അത് പറഞ്ഞത് ഇ എം എസ് ആണ്. ഈ *സ്വയംവര*ത്തെപ്പറ്റി ഇ എം എസ് *ദേശാഭിമാനി*യിൽ ഒരു ലേഖനം എഴുതി.

എം എ ബേബി : കാളിദാസനെയും വ്യാസനെയും വാല്മീകിയെയും പോലെ എന്ന് പറയാൻ പറ്റില്ലെങ്കിൽപ്പോലും അവരുടെ ഒരനന്തിരവൻ എന്ന നിലയിൽ.

ഒ എൻ വി : അത്രമാത്രം.

എം എ ബേബി : സർഗാത്മക സംഭാവന അതാണ്. കാളിദാസനെ ഒരു പുതിയ വെളിച്ചത്തിൽ കാണാൻ സാർ *ഉജ്ജയിനി*യിൽ ശ്രമിച്ചിട്ടുണ്ട്.

ഒ എൻ വി : തീർച്ചയായിട്ടും.

എം എ ബേബി : *ഉജ്ജയിനി*യെക്കുറിച്ച് എന്റെ സുഹൃത്ത് പ്രഭാവർമ്മ വളരെ നല്ല ഒരു നിരൂപണം എഴുതിയിട്ടുണ്ട്. എങ്കിലും നിരൂപക സമൂഹം *ഉജ്ജയിനി*യെ ഇപ്പോൾ

നമ്മൾ പറഞ്ഞതുപോലെ വേണ്ടത്ര അർഹിക്കുന്ന നിലയിൽ വിലയിരുത്തി എന്ന് സാറിന് തോന്നുന്നുണ്ടോ?

ഒ എൻ വി : ഈ *സ്വയംവര*ത്തെക്കാളും കുറച്ചുകൂടുതൽ നല്ല വിലയിരുത്തൽ *ഉജ്ജയിനിക്ക്* വന്നിട്ടുണ്ട്. വളരെയധികം ഇകഴ്ത്തിപ്പറഞ്ഞവരുമുണ്ട്. അതിനൊന്നും കുഴപ്പമില്ല. പക്ഷേ *ഉജ്ജയിനി* എഴുതാൻ ഉണ്ടായ ആ സാഹചര്യം പെട്ടെന്നുണ്ടായതല്ല. ഞാൻ കോളേജിൽ പഠിപ്പിക്കാൻ വന്ന കാലം തൊട്ട് എല്ലാ വർഷവും- ബി എ യ്ക്കും അതുപോലെതന്നെ എം എയ്ക്കുമെല്ലാം കാളിദാസന്റെ ഒരു പുസ്തകമുണ്ടാവും. ഒരു നാടകവും ഉണ്ടാകും. അതിലേതെങ്കിലും ഒരു ക്ലാസിൽ ഒരു പുസ്തകം എല്ലാ വർഷവും പഠിപ്പിച്ചിട്ടുണ്ട്. അങ്ങനെ കാളിദാസനെപ്പറ്റി പഠിപ്പിച്ചുകൊണ്ടിരിക്കുമ്പോൾ നമ്മുടെ മനസിൽ ഒരു വിസ്മയം വിടരുന്നു. എന്തൊരു ദാർശനിക ദീപ്തിയുള്ള കവിതയാണ്. സ്ത്രീപുരുഷബന്ധത്തെ ഇത്രയും മാന്യമായി ഇത്രയും അന്തസ്സായി നിർവചിച്ചിട്ടുള്ള ശ്ലോകങ്ങൾ വേറെയില്ല. *കുമാരസംഭവ*ത്തിൽ ഒരു കഥയുടെ ഭാഗമായിട്ട്, സംഭോഗ ശൃംഗാരപരമായ ഒരു സർഗമുണ്ട്, അത് ആവശ്യവുമാണ്.

വാഗർത്ഥാവിവ സംപൃക്തൗ എന്നാണ്. ശിവനേയും പാർവതിയേയും അദ്ദേഹം വർണിക്കുന്നത്. അതിൽപ്പരം ഒരു പാരസ്പര്യത്തിന്റെ പരമശോഭയുള്ള ഉപമയുണ്ടോ?

എം എ ബേബി : വാക്കും അർഥവും പോലെ.

ഒ എൻ വി : വാക്കും അർഥവും പോലെ, ശിവനെയും പാർവതിയെയും കാണുകയാണ്. വേറെ ചിലർ ശിവനെയും പാർവതിയെയും വർണിക്കുന്നത് ഇവിടെ പറയാൻ കൊള്ളില്ല. അത്തരത്തിലാണ്. കാളിദാസൻ വെറും ഒരു വിഷയലമ്പടനും മദ്യപാനിയും ആയി ചിത്രീകരിക്കപ്പെട്ടിട്ടുണ്ട്. അങ്ങനെ സന്മാർഗത്തെ ഉല്ലംഘിച്ചുകൊണ്ട് താൻ വലിയ പ്രതിഭ ആയതുകൊണ്ട് സന്മാർഗവുമില്ലെന്ന് പറഞ്ഞ് നടന്നിരുന്ന ആളാണെന്ന മട്ടിലും വിഡ്ഢിയാണെന്ന മട്ടിലുമൊക്കെ ഉത്തരേന്ത്യയിൽ ചില ആളുകൾ പ്രചരിപ്പിച്ചിട്ടുണ്ട്. അതൊക്കെ വെറും അസൂയകൊണ്ടാണെന്നും അതിനതീതമായ ഒരു കാളിദാസനുണ്ടെന്നും എനിക്ക് തോന്നുന്നു. അങ്ങനെ പഠിപ്പിച്ചു പഠിപ്പിച്ച് വരുമ്പോഴാണ് എനിക്ക് *മാളവികാഗ്നിമിത്ര*ത്തി

ലെയും അതുപോലെ *രഘുവംശ*ത്തിലെയും *ശാകുന്തള*ത്തിലെയും ഒക്കെ ആദ്യത്തെ ശ്ലോകങ്ങളിൽ ഈ മനുഷ്യൻ പ്രപഞ്ചത്തെ മുഴുവനായിത്തന്നെ സ്തുതിച്ചിരിക്കുന്നതായി ശ്രദ്ധിച്ചത്.

എം എ ബേബി : ഹിമാലയത്തെ ഭൂമി അളക്കാനുള്ള ദണ്ഡുപോലെ.

ഒ എൻ വി : ചങ്ങലയായിട്ട്

എം എ ബേബി : ചങ്ങലയായിട്ട് ചിത്രീകരിക്കുന്നു.

ഒ എൻ വി : അങ്ങനെ നമ്മുടെ ഭൂമിയെയും ചിത്രീകരിക്കുന്നു. അതിൽ കേരളനാരിമാർ അവരെ ഉപദ്രവിക്കാതെ പട്ടാളക്കാർ കുളമ്പടിച്ച് കുതിരപ്പുറത്ത് കയറി പോകുമ്പോൾ ആ കുതിരക്കുളമ്പടിയിൽ നിന്നുയരുന്ന ചുവന്ന പൊടി കേരളനാരിമാർക്ക് സീമന്ത കുങ്കുമമിട്ടുകൊടുത്തു എന്നു പറയുന്നു. പിന്നെ അതിനകത്ത് പറയാത്ത ഒരു സംഗതി ഉണ്ട്. ഈ പട്ടാളക്കാർ പോകുമ്പോൾ സ്ത്രീകൾ നോക്കി നിൽക്കണമെങ്കിൽ ഉപദ്രവിക്കില്ലെന്ന് നല്ല ഉറപ്പു വേണ്ടേ? അപ്പോൾ അവർ വളരെ സൗഹൃദപൂർവം ആയിട്ടാണ്, ഈ രഘുവിന്റെ പട്ടാളക്കാർ ഇതുവഴി കുതിച്ചു പോയതെന്നും കേരളത്തിലെ സ്ത്രീകൾ അത് നോക്കിനിന്നുവെന്നും സീമന്തരേഖയിൽ കുങ്കുമം ചാർത്തുന്ന പതിവ് അവർക്കുണ്ടായിരുന്നു എന്നുമൊക്കെ നമുക്ക് മനസിലാകുന്നു. ഈ ഇന്ത്യ മുഴുവൻ ചുറ്റിക്കണ്ട ഒരു മനുഷ്യനാണ് കാളിദാസൻ. സംശയമൊന്നുമില്ല.

എം എ ബേബി : ആകാശത്തുനിന്നാൽ ഹിമാലയം എങ്ങനെ ആയിരിക്കും എന്ന് ഭൂമിയിൽ നിന്നു മനസിലാക്കിയതുപോലെ.

ഒ എൻ വി : മനസിലാക്കിയ മനുഷ്യനാണ്. ഞാൻ ഹിമാലയം കണ്ടത് അതിന്റെ മീതെക്കൂടെ എയറോ ഫ്ളോട്ടിൽ ഒരിക്കൽ നല്ല സമയത്ത് പറന്നപ്പോഴാണ്. സൂര്യനും ചന്ദ്രനും അപ്പുറവും ഇപ്പുറവും നിൽക്കുന്നത് കണ്ടു. കാളിദാസന്റെ കാലത്ത് വിമാനമൊന്നുമില്ല. താഴെ നിന്ന് കണ്ടു ഇതെല്ലാം. ആ മനുഷ്യനെ കുറ്റവിമുക്തനാക്കണം എന്നു തോന്നി. അതുകൊണ്ടാണ് അദ്ദേഹത്തിന്റെ ആ മാളവികയുടെ നേർക്കുള്ള സ്നേഹവും ഒരു കാമുകനാക്കി അതിന്റെ ദുരന്തവും കൽപ്പിച്ച് ഒരു കഥയുണ്ടാക്കി കാളിദാസനെപ്പറ്റി ഒരു കവിതയെഴുതിയത്. ഇതൊരു പാതകമാണെങ്കിൽ ആ പാതകം ഇരട്ടിക്കിരട്ടി ഞാൻ എന്റേതായിട്ടുള്ള ചുമലിലേക്കിടാൻ തയാറാണ്. പിന്നെ അതിനെ

ഉണക്ക കവിതയായിട്ട് കണ്ടവരുണ്ട്. ഒരാള് ഒരിക്കൽ വിമർശിച്ചത് കുടകപ്പാലയെന്ന പ്രയോഗം 32 ഇടത്ത് പ്രയോഗിച്ചിട്ടുണ്ട് എന്ന് പറഞ്ഞാണ്. അത് വെറുതെയാ. കുടകപ്പാല കാളിദാസൻ *മേഘസന്ദേശ*ത്തിൽ ഉപയോഗിച്ചിട്ടുള്ളതാണ്. ആ കുടകപ്പാല എന്ന പ്രയോഗം ഞാൻ '32' ഇടത്ത് ആവർത്തിച്ചിട്ടുണ്ട് എന്ന്. (ചിരി) ഇതൊക്കെപ്പറഞ്ഞെന്നെ കളിയാക്കി.

എം എ ബേബി : സാഹിത്യകണക്കപ്പിള്ളമാർ.

ഒ എൻ വി : കണക്കപ്പിള്ളയല്ല. അല്ലല്ല ക്വട്ടേഷൻ ഗുണ്ടാസ്' സാഹിത്യത്തിൽ ഉണ്ട്.

സരോജിനിച്ചേച്ചി: അങ്ങനെ അത് കുറേപ്പേർ വായിച്ചു.

ഒ എൻ വി : കുറേപ്പേർ വായിച്ചു. പിന്നെ *സ്വയംവര*ത്തെ അങ്ങനെ എതിർത്തുപോലും ആദരിച്ചില്ല. അതങ്ങനെ ഒരു പഴയകഥ എന്ന് തള്ളിക്കളഞ്ഞുവരുമുണ്ട്. അപ്പോഴാണ് നമുക്ക് തോന്നുന്നത്, മുണ്ടശ്ശേരി മാഷുണ്ടായിരുന്നെങ്കിൽ ഇതൊക്കെ വായിച്ച് എന്തെങ്കിലും പറയുമായിരുന്നു. പറഞ്ഞാൽ അതാളുകൾ ചർച്ചാവിഷയമാക്കുമായിരുന്നു. അങ്ങനെ ആരും ഉണ്ടായില്ല. ലീലാവതിടീച്ചർ *സ്വയംവര*ത്തെപ്പറ്റി

വളരെ മനോഹരമായ ഒരു പഠനം നടത്തിയിട്ടുണ്ട്. ആഴത്തിൽ സ്ത്രീകൾ മനസിലാക്കാൻ ഒരു സ്ത്രീ തന്നെ നടത്തുന്ന പഠനം എന്ന നിലയ്ക്ക് അത് വളരെ വിലപ്പെട്ടതാണ്. അതുപോലെ തന്നെ *ഉജ്ജയിനി* പഠനങ്ങൾ കുറേയധികം വന്നിട്ടുണ്ട്. അതില്ലെന്ന് ഞാൻ പറയുന്നില്ല. അപ്പോളെന്തായാലും അതെഴുതാനുണ്ടായ കാരണം ഇതാണ്.

എം എ ബേബി : സാറിന്റെ കവിതയുടെ പ്രചോദനങ്ങൾ, എവിടെനിന്നും സ്വീകരിക്കാനുള്ള ഒരുതരം സർഗാത്മകതയുണ്ട്. ആരോ പറഞ്ഞ് എവിടെയോ ഞാൻ കേട്ടിട്ടുണ്ട്. കവിതയ്ക്ക് ഒന്നും പാഴ്‌വസ്തുവല്ല.

ഒ എൻ വി : അല്ല.

എം എ ബേബി : എന്തിൽനിന്നും വിസ്മയങ്ങൾ തീർത്തെടുക്കാൻ കഴിയും. സാറ് യാത്രയ്ക്കിടയിൽ മാസിഡോണിയയിൽ വച്ച് അവിടെ കേട്ട ഒരു കഥ, നാടോടിക്കഥ ആസ്പദമാക്കി *അമ്മ* എന്ന വളരെ ഹൃദയസ്പർശിയായ ഒരു രചന-യഥാർഥത്തിൽ അതിന്റെ ഒരു ദൃശ്യാവിഷ്കാരം കണ്ടപ്പോൾ ഇങ്ങനെ കലാരൂപങ്ങളെ കണ്ട് കരയുന്നത് ഒരു കുറ്റംപോലെ ചിലസമയത്ത് പറയുകയും എന്റെ ഭാര്യ ബെറ്റിയെ പരിഹസിക്കുകയും ചെയ്തിട്ടുള്ള ഒരാളാണ് ഞാൻ (ഒ എൻ വി ചിരിക്കുന്നു). പക്ഷേ ഈ *അമ്മ*യുടെ ദൃശ്യാവിഷ്കാരം സാറ് തന്നെ വളർത്തിയെടുത്ത കലാമണ്ഡലത്തിലെ കുട്ടികൾ നടത്തിയത് കണ്ടെനിക്ക് കണ്ണ് നിറഞ്ഞുപോയി. ആ അനുഭവം, ഈ മാസിഡോണിയൻ സഞ്ചാരത്തിനിടയിൽ ഈ കഥ കേട്ട് അത് കവിതയാക്കണമെന്ന് സാറിന് എപ്പോഴാണ് തോന്നിയത്. എത്രകാലം അത് മനസിൽ കിടന്നിട്ടാണ്. അതാണ് എനിക്ക് മുഖ്യമായിട്ടറിയേണ്ടത്.

ഒ എൻ വി : 1987 ലാണ് എന്നാണെന്റെ ഓർമ. Struga ഇന്റർനാഷണൽ പോയട്രി ഫെസ്റ്റിവലിൽ ഞാൻ പങ്കെടുത്തു. അന്ന് യൂഗോസ്ലോവിയൻ ഫെഡറേഷന്റെ ഒരു ഭാഗമാണ് മാസിഡോണിയൻ റിപ്പബ്ലിക്. അവർ നമുക്ക് ഇഷ്ടപ്പെട്ട സ്ഥലങ്ങളൊക്കെ കാണിച്ചുതന്നു. ഒരുദിവസം സ്കോപ്പിയ എന്ന സ്ഥലത്തുപോയി. കിഴക്കൻയൂറോപ്പിലെ അതിപുരാതനമായ നഗരമാണത്. ആ നഗരത്തിൽ എവിടെ നോക്കിയാലും ഇങ്ങനെ ഇടിഞ്ഞുപൊളിഞ്ഞ് കിടക്കുകയാണ്. ഓരോ മൺതരിയിലും ചരിത്രമുണ്ട്. ടർക്കിഷ് ആധിപത്യത്തിൽ കഴിഞ്ഞകാലം, അന്നവിടെ ക്രിസ്ത്യാനിറ്റിക്കുണ്ടായ യാതനകൾ, മാസിഡോണിയൻ ഭാഷ

യ്ക്കുണ്ടായ യാതന, അതിനെ പുനരുദ്ധരിക്കാൻ ശ്രമിച്ച മിലാദിനോവ് ബ്രദേഴ്സ് എന്നുപറയുന്ന രണ്ടുപേർ അവരുടെ സ്മാരകമായിട്ടാണ് Festival തുടങ്ങിയത്. അങ്ങനെ ഒരുപാട് കഥകൾ അറിയാനുണ്ട്. ഇതെല്ലാം കാണിച്ചുതരുന്ന ഒരു പെൺകുട്ടി ഒരു ഗൈഡ്, എന്റെ കൂടെ വന്നു. അവൾ ഒരു നിയമ ബിരുധധാരിണിയാണ്. എന്റെ കൂടെ നടക്കുന്ന ഈ പെൺകുട്ടി രണ്ടാംഭാഷയായി ഇംഗ്ലീഷ് പഠിച്ചതുകൊണ്ട് നമുക്ക് മനസിലാകുന്ന രീതിയിൽ ഇംഗ്ലീഷ് പറയും. അവൾ എന്നോട് സംസാരിക്കുന്നതിനിടയ്ക്കെല്ലാം അവൾ സ്നേഹിക്കുന്ന ഒരു പുരുഷനെ പരാമർശിക്കും. അവനും ഇതുപോലെന്തോ ഒരു ചെറിയ ജോലിയിലാണ്. ഇവർ രണ്ടുപേരും കൂടെ ചേർന്ന് പണം ഉണ്ടാക്കിയിട്ട് വേണം..

എം എ ബേബി : കല്യാണം കഴിക്കാൻ.

ഒ എൻ വി : അവർക്ക് തകഴിയുടെ ഭാഷയിൽ പറഞ്ഞാൽ ഒരു വീട് തുടങ്ങാൻ. അതിനുവേണ്ടി കുറച്ച് സമയം ഇങ്ങനെ ഗൈഡ് ആയിട്ട് കൂടെ നടക്കുക എന്നൊക്കെ പറഞ്ഞപ്പോൾ എനിക്ക് വല്ലാത്തൊരു... എന്തോ സങ്കീർണമായ ഒരു വികാരം തോന്നി. ഒരു കൊച്ചു പെൺകുട്ടിയാണ്. അതിങ്ങനെ കൂടെക്കൂടെ അവൾ പറയും. ഇങ്ങനെ നടക്കുമ്പോൾ ഗൈഡിന്റെ ബുദ്ധിമുട്ടുകൾ നമുക്കു മനസിലാവും. കവിയാണെന്നറി

ഞ്ഞപ്പോൾ ഭയങ്കര സന്തോഷം. ഭയങ്കര സന്തോഷം എന്ന വാക്ക് തന്നെ പറയും. ഞാനാദ്യമായിട്ടാണ്-ഒരു ഗൈഡ് എന്ന നിലയ്ക്ക് പലരുടെയും കൂടെ നടന്നിട്ടുണ്ട്-ഒരു കവിയുടെ കൂടെ "This is the first time I am escorting a poet, I am guiding a poet" എന്ന്. നിങ്ങൾ കാണേണ്ട ഒരു സ്ഥലമാണെന്ന് പറഞ്ഞ് ഒരു ഇടിഞ്ഞു പൊളിഞ്ഞ കോട്ടയുടെ ഒരു വലിയ വിടവ് കാണിച്ചുതന്നു. അതിപുരാതനകാലത്ത് ഇവിടെ ഒരു സ്ത്രീയുടെ ഒരു കൈയും ഒരു മാറും മാത്രമായി പുറത്തേക്കിട്ട ഒരു പ്രതിമ ഉണ്ടായിരുന്നെന്നും പറയപ്പെടുന്നു. ആരും കണ്ടിട്ടില്ല. അതിനെപ്പറ്റി ഒരു നാടൻപാട്ടും മാസിഡോണിയയിൽ ഉണ്ടെന്നും പറഞ്ഞ് അവിടെ ഒരിടത്തിരുന്ന് ഒരു കവിതയുടെ ആറുവരി പാടി ഈ കുട്ടി. ആ പാട്ടിന്റെ അർഥം ഇതാണ്: 'എന്റെ കുഞ്ഞിന് വിശക്കുമ്പോൾ ആ കുഞ്ഞിനെ എന്റടുത്ത് കൊണ്ടുവരണം ഈ വലതുകൈ കൊണ്ട് അതിനെ എടുത്ത് എന്റെ ഇടത്തെ മുലയൂട്ടുന്നതിന് എന്നെ സഹായിക്കണേ എന്നെ സഹായിക്കണേ..' അമ്മയുടെ കരച്ചിലാണ് അത്. അത്രയേ ഉള്ളൂ പാട്ട്. ഇതെന്നെ വല്ലാതെ സ്പർശിച്ചു. മനസിൽ കരുതി. ഞാൻ ഡയറിയിലൊന്നും കുറിച്ചിട്ടിട്ടുപോലുമില്ല. അങ്ങനത്തെ ഡയറിയെഴുത്തൊന്നുമില്ല.

എം എ ബേബി : എസ് കെ പൊറ്റക്കാടിന്റെ സ്വഭാവം.

ഒ എൻ വി : അതെയതെ. താൻ പറയാൻ വന്നത് മനോഹരമായിട്ട് രാത്രി എഴുതിയിട്ടേ പൊറ്റക്കാട് ഉറങ്ങൂ. എനിക്ക് അതൊന്നുമില്ല. അതുകൊണ്ട് ഇപ്പോൾ ചിലതൊക്കെ മറന്നുംപോയി. അതിവിടെ വന്ന് കഴിഞ്ഞ് ഒരോണപ്പതിപ്പിനുവേണ്ടി ഒരു കവിതയെഴുതണം എന്ന് പറഞ്ഞപ്പോൾ ഇത് മനസിലേക്കിങ്ങനെ പൊന്തിവന്നു. പൊന്തിവന്നതെഴുതി. അപ്പോൾ ദോഷം പറയരുത് എന്റെ കവിതയിൽ വളരെ താൽപ്പര്യമുള്ള എന്റെ ശ്രീമതി തന്നെ ചോദിച്ചു. എന്തിനായീ മാസിഡോണിയൻ കവിത എന്നൊക്കെ. ഇവിടെങ്ങുമില്ലേ എന്നു ചോദിച്ചു. അപ്പോൾ "കണ്ടു ഞാൻ പണ്ട് മാസിഡോണിയ"യിൽ എന്നൊന്നുമല്ല എഴുതിയത്. ഇത് കേരളീയ മനസിൽ സ്പർശിക്കണമെങ്കിൽ, ഈ പാവപ്പെട്ട പെൺകുട്ടിയുടെയും പാവപ്പെട്ട കൽപ്പണിക്കാരുടെയും കഥയാവണം. വൃത്തം കേകയല്ല. ഞാനീ വൃത്തങ്ങളൊക്കെ ചുമ്മാതെ കണ്ണടച്ചുപയോഗിക്കുകയില്ല. ഇതിന് വട

ക്കൻപാട്ടിന്റെ വൃത്തം തന്നെ വേണം.
'ഒമ്പതു പേരവർ കൽപ്പണിക്കാർ
ഓരമ്മ പെറ്റവരായിരുന്നു'
'അപ്പോൾ പറയുന്നു കുഞ്ഞൊതേനൻ
ഒന്നുണ്ട് കേൾക്കണം നാത്തൂനാരേ' ഇല്ലേ... നമ്മുടെ വടക്കൻപാട്ടിലെ മണ്ണിന്റെ മണമുള്ള ഒരു വൃത്തം ഇതിനെ ഹൃദയസ്പർശിയാക്കുവാൻ സഹായിക്കുമെന്ന് തോന്നി. ഇങ്ങനെ മനസിൽ വന്നു. "ഒൻപതു പേരവർ കൽപ്പണിക്കാർ."

എം എ ബേബി : മാസിഡോണിയൻ കഥ എന്തിനെന്ന് ചോദിച്ചതിനെ തുടർന്നാണോ ഈ വടക്കൻപാട്ടിന്റെ ശൈലിയെടുത്തത്.

ഒ എൻ വി : അല്ല. അല്ല.
ഇങ്ങനെയൊരു തീം ആണ് എഴുതാൻപോകുന്നതെന്ന് പറഞ്ഞു. ഈ ഒൻപതുപേരെന്നൊക്കെ വെറുതെ ഭംഗിക്കുവേണ്ടി ഉണ്ടാക്കിയതാ. ഞാൻ കേട്ടത് ഇത്രമാത്രമാണ് 'എന്റെ കുഞ്ഞിന് വിശക്കുമ്പോൾ എന്റെ അടുത്തേക്ക് കൊണ്ടുവരണേ...'

എം എ ബേബി : അതിനകത്ത് നാടകീയതയുണ്ട്. ഇത് ആര് വേണം എന്ന് തെരഞ്ഞെടുക്കുന്നത് അന്ന് ഭക്ഷണം കൊണ്ടുവരുന്ന ആള്... അതെ.

ഒ എൻ വി : അന്ന് ഭക്ഷണപ്പൊതിയായിട്ടാണ് അവര് വരുന്നത്.

എം എ ബേബി : നാടകാന്തം കവിത്വം എന്ന് പറയുന്നതുപോലെ അതിനകത്തെ നാടകീയതയും കവിത്വത്തിന്റെ ഒരു ഘടകമാണ്.

ഒ എൻ വി : ഇവർ സഹോദരന്മാർ ആണ് അവിടുത്തെ കഥയിലിതൊന്നുമില്ല. കുറേ കൽപ്പണിക്കാർ ഉണ്ട്. അവരിൽ ആര് വേണം? വെളിച്ചപ്പാട് പറഞ്ഞു. ഒരു സ്ത്രീയെ ചേർത്തു നിർത്തി പടുത്താലേ കോട്ട ഉറയ്ക്കൂ... ഇവിടെയൊക്കെ ഉണ്ടല്ലോ, ഈ കുട്ടനാട്ടിൽ ഒരു മനുഷ്യന്റെ ചോര വീഴ്ത്തിയാലേ വരമ്പ് ഉറയ്ക്കൂ എന്നൊക്കെ.

സരോജിനിച്ചേച്ചി: പാലത്തിന്റേതാണ് അധികം പറയുക.

ഒ എൻ വി : വെളിച്ചപ്പാട് എന്നു പറയുന്നവൻ ഭയങ്കരനാണ്. ഇങ്ങനെ പലരേയും ബലിക്ക് ഇടയാക്കിയിട്ടുണ്ട്. അപ്പോൾ ഇന്ന് നമുക്ക് ആഹാരം കൊണ്ടുവരുന്നത് ആരാണോ അവൾ എന്ന് മാത്രമേ കഥയിലുള്ളൂ. അപ്പോൾ ഞാൻ കഞ്ഞിക്കലം എന്നൊക്കെ ആക്കി. അപ്പോൾ ആത്മാവ് എന്നുപറഞ്ഞാൽ അതിന്റെ രൂപവിലാസങ്ങൾ പലതാണ് ഓരോ രാജ്യത്തും. നമ്മുടെ അമ്മൂമ്മ നൈറ്റി ഇട്ട് കണ്ടാൽ നമുക്ക്

എന്തോ ഒരു വല്ലായ്ക തോന്നും. പക്ഷേ, നമ്മൾ ഇംഗ്ല ണ്ടിൽ ചെല്ലുമ്പോ അവിടെ ഒരു വയസിയായ സ്ത്രീ നൈറ്റി ഇട്ട് നിൽക്കുന്നത് കണ്ടാൽ നമുക്ക് ഒരു വിഷ മവും തോന്നില്ല. അത് നമ്മുടെ മനസിന്റെ ഒരു പ്രത്യേകതയാണ്. നേറ്റിവിറ്റി എന്ന് പറയുന്നതിനോട് നമുക്ക് ഒരു പ്രത്യേകമായ സ്നേഹം തോന്നും. കവി തയിലും അതുണ്ട്.

എം എ ബേബി : കവിത എഴുതാൻ ചെറുപ്പകാലത്ത് തുടങ്ങിയപ്പോൾ തന്നെ കഥയിലും സാറ് കൈ വെച്ചിട്ടുണ്ട് എന്ന് ഞാൻ കേട്ടിട്ടുണ്ട്.

ഒ എൻ വി : ങാ ഉണ്ട്.

എം എ ബേബി : അത് നമ്മുടെ പ്രേക്ഷകർക്ക്...

ഒ എൻ വി : ആ കഥ നീട്ടി പറയുന്നില്ല. നീണ്ടകഥയാണെങ്കിലും ചുരുക്കിപ്പറയാം. ഒരു കഥയെഴുതി അയച്ചാൽ കൂടു തൽ പ്രതിഫലം കിട്ടുന്ന ഒരു മാസിക ഇവിടെ ഉണ്ടാ യിരുന്നു. തിരുവനന്തപുരത്ത് ഇന്റർമീഡിയറ്റിനു പഠി ക്കുമ്പോഴുള്ള വൈഷമ്യം കൊണ്ട്, ഞാൻ കവിത എഴുതിയാൽ കിട്ടുന്നതിലും കവിഞ്ഞ് കഥയെഴുതി യാൽ കിട്ടുമല്ലോ എന്ന് വിചാരിച്ച് കഥയെഴുതി. ഒന്നുരണ്ട് തവണ അയച്ചു. ആർ നാരായണപ്പണി ക്കർ സാറിനെ പോലെ ഒരാള് എഡിറ്റ് ചെയ്ത കലാ നിധിയിൽനിന്ന് കഥയ്ക്ക് രണ്ടുതവണ സമ്മാനവും കിട്ടിയിട്ടുണ്ട്. കൂടുതൽ തുകയും കിട്ടിയിട്ടുണ്ട്. പക്ഷേ പണം കൂടുതൽ കിട്ടുമെങ്കിലും ഇത് അല്ല നമ്മുടെ വഴി എന്ന് തോന്നി. അപ്പോൾ തന്നെ ഞാൻ അത് തിരുത്തി. നമ്മുടെ വഴി ഇതല്ല എന്ന് തോന്നി യാൽ അപ്പോൾ തിരുത്തും. പക്ഷേ അത് തോന്നു ന്നതിന് മുമ്പ് ചില പ്രലോഭനങ്ങളുടെ ഒരംശത്തിൽ നമ്മൾ വീണു എന്നു വരാം. പക്ഷേ നമുക്ക് അപ്പോൾ തോന്നും ഇതല്ല നമ്മുടെ വഴി.

"പ്രമാണം അന്തഃകരണ പ്രവർത്തയഃ" എന്ന് കാളി ദാസൻ പറഞ്ഞിട്ടുണ്ട്. അതോ ഇതോ എന്ന് നമുക്ക് സന്ദേഹം തോന്നുമ്പോൾ മനസ്സിനോട് ചോദിച്ചാൽ മതി. ഇതാണ് വഴി എന്നു മനസ്സ് പറയും.

എം എ ബേബി : മാധവിക്കുട്ടിക്കും പപ്പേട്ടനും എം ടി സാറിനുമൊക്കെ ഭീഷണിയാകാമായിരുന്ന കഥാകൃത്തിന്റെ കവിതയി ലേക്കുള്ള പ്രവേശം. (പൊട്ടിച്ചിരിക്കുന്നു)

ഒ എൻ വി : അതുകൊള്ളാം. ഞാൻ രസിച്ചിരിക്കുന്നു. (ചിരിച്ചു കൊണ്ട് പറയുന്നു)

എം എ ബേബി : കവിതയുടെ ഒരു വലിയ സൗഭാഗ്യമെന്തേ പറയൂ.

ഒ എൻ വി : ഒരിക്കൽ ഞാൻ പറഞ്ഞു പലർക്കും പദ്യം എഴു

താൻ കഴിയുന്നില്ലല്ലോ എന്ന ദുഃഖം. കവിതയെഴുതാൻ കഴിയില്ലല്ലോ എന്ന് എം ടി പറയും. പക്ഷേ ഞാൻ പറയും നല്ല ഗദ്യമെഴുതാനാണ് പ്രയാസം എന്ന്. കവിത അനായാസമായും ആയാസത്തിലായാലും ശരി. ഞാൻ പറയുകയാണ് നല്ല ഗദ്യമെഴുതുക വളരെ പ്രയാസമാണ്. എനിക്കെന്നല്ല ആർക്കും. "ഗദ്യം കവീനാം നികഷം വദന്തി" എന്ന് പറയുന്നത് അതുകൊണ്ടാണ്. ആരോ അറിഞ്ഞ് പറഞ്ഞതാണ്.

3

പൊന്നരിവാളമ്പിളിയിൽ

എം എ ബേബി : നമ്മുടെ പ്രിയപ്പെട്ട കവി ഒ എൻ വി സാർ നമുക്കെല്ലാമറിയുന്നതുപോലെ മലയാളിയുടെ അഭിമാനമായ ഒരു മഹാകവിയാണ്. അതേസമയം നമ്മുടെ നാടക ഗാനശാഖയിലും ചലച്ചിത്രഗാനശാഖയിലും ലളിതഗാനശാഖയിലും എല്ലാം അമൂല്യങ്ങളായ സംഭാവനകൾ നൽകിയ പ്രതിഭാശാലിയാണ്. സാ

റിന്റെ ഈ മേഖലകളിലെ സംഭാവനകളെക്കുറിച്ചുള്ള ഒരന്വേഷണമാണ് നാമിനി തുടരുന്നത്. ഒ എൻ വി സാറിന്റെ നാടകഗാനശാഖയിലെയും അതുപോലെ ചലച്ചിത്രഗാനശാഖയിലെയും സംഭാവനകൾ യഥാർഥത്തിൽ നമ്മുടെ ഒരു പ്രത്യേക സാഹിത്യശാഖയായിത്തന്നെ വിലയിരുത്തപ്പെടേണ്ടതാണെന്ന് എനിക്ക് തോന്നുന്നു. ചലച്ചിത്ര ഗാനശാഖ എന്നല്ല ഒ എൻ വി സാറും ഭാസ്കരൻ മാഷും വയലാർ രാമവർമ്മയും എല്ലാം നൽകിയ സംഭാവനകളുടെ മൂല്യം വിലയിരുത്തുമ്പോൾ ചലച്ചിത്ര കാവ്യശാഖ എന്നുപറയുന്നതാണ് ശരി എന്നെനിക്ക് തോന്നുന്നു. ഇത് നാടകഗാനങ്ങളുടെ കാര്യത്തിലും വളരെ ശരിയാണെന്ന് തോന്നുന്നു. എന്നാൽ ഒ എൻ വി സാറും ദേവരാജൻമാഷും ചേർന്നുകൊണ്ടുള്ള ഒരു കൂട്ടായ്മ രൂപംകൊള്ളുന്നത്, സംഗീതം നൽകാൻ വേണ്ടി ഒ എൻ വി സാറ് രചിച്ച ഒരു ഗാനം അത് ദേവരാജൻമാഷ് ചിട്ടപ്പെടുത്തി അവതരിപ്പിക്കുന്നതിലൂടെയല്ല മറിച്ച് ഒ എൻ വി സാറ് എഴുതിവച്ചിരുന്ന ഒരു കവിത ദേവരാജൻമാഷ് കണ്ടെടുത്ത് അതിനദ്ദേഹം സംഗീതം നൽകി. അത് വളരെ ശ്രദ്ധേയമായൊരു ചരിത്രസന്ദർഭത്തിൽ അവതരിപ്പിച്ചു. ആ നിലയിലാണ് നിങ്ങളുടെ ഈ കൂട്ടായ്മ രൂപപ്പെട്ടത് എന്ന് ഞാൻ കേട്ടിട്ടുണ്ട്. സാർ ആ ഓർമകളിലേക്ക് ഒന്നു സഞ്ചരിക്കുമോ?

ഒ എൻ വി : ദേവരാജൻ, എന്റെ ലോഡ്ജിൽ വന്ന് ഇരിക്കാറുണ്ടായിരുന്നു. ചിലപ്പോൾ രണ്ടു മൂന്നു ദിവസം താമസിക്കും. അപ്പോൾ ഞാൻ കോളേജിൽ പോകുന്ന അവസരത്തിൽ ദേവരാജൻ അവിടെ ഇരുന്ന് എന്റെ പുസ്തകശേഖരത്തിൽനിന്ന് തനിക്ക് ഏറ്റവും ഇഷ്ടപ്പെട്ട ചങ്ങമ്പുഴയുടെ പുസ്തകങ്ങളെടുത്ത് അതിങ്ങനെ മൂളിമൂളി അതിന് ഒരു രൂപംനൽകും. അന്ന് കവിത പാരമ്പര്യരീതിയിൽ ഭംഗിയായി ചൊല്ലുക എന്നല്ലാതെ വേറിട്ട് ചിട്ടപ്പെടുത്തുന്ന രീതി ഇല്ലായിരുന്നു. അങ്ങനെ ചൊല്ലുന്ന ശ്രേഷ്ഠന്മാർ ഉണ്ടായിരുന്നു. സി ഐ ഗോപാലപിള്ള സാർ, എൻ പി മന്മഥൻസാർ, പുത്തൻകാവിൽ മാത്തൻ തരകൻ അവരൊക്കെ വള്ളത്തോളിന്റെയൊക്കെ കവിതകൾ ഭംഗിയായിട്ട് ചൊല്ലും. പക്ഷേ ചൊല്ലുന്നത് മുഴുവനും ആതനി പാരമ്പര്യ രീതിയിലാണ്. അതിന് ഏതാണ്ട് ഒരു ഏകസ്വരതയുണ്ട്. ആ കവിത ഗാഥയാണെങ്കിൽ ഗാഥ ചൊല്ലുന്നതിനൊരു രീതിയുണ്ട്. പക്ഷേ, എ

നിക്ക് അന്നും അതിലത്ര തൃപ്തി തോന്നിയിട്ടില്ല. ഉദാഹരണം 'നതോന്നത.' ഞാനും ദേവരാജനും ഇതിനെപ്പറ്റിയുള്ള സംഭാഷണങ്ങളിൽ ഏർപ്പെടും. ഈ നതോന്നത വൃത്തത്തിലാണ്, വഞ്ചിപ്പാട്ട്. ഈ വൃത്തത്തിലാണ് രാമപുരത്ത് വാര്യർ എഴുതിയത്. കുമാരനാശാൻ *കരുണ*യെഴുതിയത്. പക്ഷേ അത് രണ്ടും തമ്മിൽ എന്തൊരു അന്തരമാണ്. അപ്പോൾ "തന്നാനന്നാ തന്നാനനതിത്തിത്താ തെയ് തെയ്" പറയുന്ന മാതിരി *കരുണ* ചൊല്ലിയാൽ *കരുണ*യുടെ ആത്മാവ് അതിനകത്ത് ഉണ്ടാകില്ല. ദേവരാജൻ അതിന് പറ്റിയ സംഗീതം കൊടുക്കണമെന്ന് അഭിപ്രായം ഉള്ള ആളായിരുന്നു. സാഹിത്യ പുസ്തകങ്ങൾ ധാരാളം വായിക്കും. സംഗീത ശിൽപ്പി ആവുന്നതിന് മുൻപ് അങ്ങനെ അദ്ദേഹം ചങ്ങമ്പുഴയുടെ ആത്മരഹസ്യം എന്ന കവിതയാണ് ആദ്യമായി മൂളിമൂളി വൈകുന്നേരത്ത് ഞാൻ കോളേജിൽനിന്ന് വരുമ്പോ എന്നെ ചൊല്ലി കേൾപ്പിച്ചത്. സത്യം പറയുകയാണെങ്കിൽ അത്ഭുതപ്പെട്ടിട്ടുണ്ട്, ഇങ്ങനെ ഈ കവിത ചൊല്ലാൻ പറ്റുമോ എന്ന്. എനിക്ക് അത് ചൊല്ലിക്കേൾപ്പിക്കാൻ വയ്യ. എന്റെ മനസിൽ അത് ഉണ്ട്. അതിൽ പ്രത്യേകത എന്താന്നുവെച്ചാ ആദ്യത്തെ രണ്ടു വരി പോലെ ആവില്ല പിന്നീട് വരുന്ന ഈരടി.

എം എ ബേബി : പല്ലവിയും ചരണവുമൊക്കെയായിട്ട് മാറും.

ഒ എൻ വി : പല്ലവിയും ചരണവുമൊക്കെയായിട്ട് മാറുക. അങ്ങനെയല്ല, അങ്ങനെ ഒരു ഡിവിഷൻ അതിന്റെ ഭാവത്തിന് അനുസരിച്ച് മാറും. ഒരു നേരിയ ഉദാഹരണം വേണമെങ്കിൽ ഞാൻ പറയാം.

"ആ രാവിൽ നിന്നോടു ഞാൻ
ഓതിയ രഹസ്യങ്ങൾ ആരോടും
അരുളരുതോമനേ നീ.."

എന്നു പറയുന്ന ആ രീതി മാറിയിട്ട് രണ്ടുവരി കഴിയുമ്പോൾ

"നർത്തന നിരതകൾ
പുഷ്പിതലതികകൾ
നൽത്തളിർകളാൽ
നമ്മെ തഴുകിടവേ
നാമിരുവരുമൊരു
നീലശിലാതലത്തിൽ
നാകനിർവൃതി നേടി പരിലസിക്കേ..." ഇപ്പോൾ എല്ലാ വരിക്കും വ്യത്യാസം ഉണ്ട്. ആ നിർവൃതി!

നർത്തന നിരതകൾ! അനുഭവതലത്തിലെത്തുന്നു. ഇതാണ് ദേവരാജന്റെ പ്രത്യേകത. കവിതയുടെ ഓരോ വരിയുടെയും ആത്മാവ് മനസ്സിലാക്കി രാഗത്തിന്റെ അടിസ്ഥാനത്തിൽനിന്ന് മാറാതെ. പൊന്നരിവാളമ്പിളിയിൽ ഇരുളിൽനിന്ന് ഒരു ഗാനം എന്ന പേരിൽ എന്റെ പുസ്തകത്തിൽനിന്ന് എടുത്ത ഒരു നാടൻ കവിത. അത് എടുത്ത് അദ്ദേഹം ചൊല്ലി കേൾപ്പിച്ചു. വിദ്യാർഥിയോഗങ്ങളിലൊക്കെ പങ്കെടുക്കുമ്പോൾ ദേവരാജനെക്കൊണ്ട് അത് പാടിക്കാറുണ്ടായിരുന്നു. പാടി കേട്ടപ്പോൾ മുമ്പ് കേട്ടിട്ടില്ലാത്ത ഒരു സ്വരം, മുമ്പ് കേട്ടിട്ടില്ലാത്ത ഒരു ശൈലി. സംഗതി അത് കുറത്തിയാണ്. കുറത്തിമട്ടിൽ എഴുതിയതാണ്. ഞാൻ പറഞ്ഞിട്ടുണ്ടത്. മാപ്പിളപ്പാട്ട് രീതിയിലും പാടാം. അപ്പോൾ അതനുസരിച്ച് പിന്നെയും പിന്നെയും അദ്ദേഹം ചങ്ങമ്പുഴയുടെ കവിതകളും യോഗത്തിൽ ചൊല്ലിയിട്ടുണ്ട്.

എം എ ബേബി : കൊല്ലം എസ് എൻ കോളേജിൽ എ കെ ജിക്ക് സ്വീകരണം.

ഒ എൻ വി : എ കെ ജി ക്ക് സ്വീകരണം നൽകുന്നത് നിരോധിച്ചിരുന്നു. പിന്നെ ആ നിരോധനമെല്ലാം കഴിഞ്ഞ് എ കെ ജിയെ കൊണ്ടുവന്നപ്പോൾ അത് വലിയ ഉത്സാഹമായി. അന്ന് ഈ പാട്ട് ദേവരാജൻ പാടണം എന്നു പറഞ്ഞു. ദേവരാജൻ കൊല്ലത്ത് കോളേജിൽ പഠിക്കുകയല്ല, പരവൂരിൽനിന്ന് വരുത്തി ഈ പാട്ട് പാടണം എന്ന് പറഞ്ഞു. പാടി, അപ്പോൾ എ കെ ജിക്ക് വലിയ സന്തോഷമായി. അതൊക്കെയങ്ങനെ അതിന്റെ ചരിത്രങ്ങളായ് പോകുന്നു. അതു കഴിഞ്ഞ് പിന്നെ ഞാനും വൈക്കം ചന്ദ്രശേഖരൻ നായരും പുനലൂർ ബാലനും, വടക്കോട്ട് പോയാൽ വയലാർ, എസ് എൽ പുരം, എം എൻ കുറുപ്പ് ഇങ്ങനെ സ്ഥിരം പ്രാസംഗികരുണ്ട്. ആ യോഗങ്ങളിൽ ദേവരാജന്റെ പാട്ട് ചിലപ്പോൾ ഉണ്ടാകും. അതൊരു (ചിരി) ഒരധികമായൊരാകർഷണമാണ്. *കമ്യൂണിസ്റ്റാക്കി* നാടകം ഇവിടെ ചവറയിലെ കോടാകുളങ്ങര വാസുപിള്ളയുടെ തറവാട്ടിന്റെ മുറ്റത്ത് ഒരു വലിയ പന്തലുകെട്ടി റിഹേഴ്സൽ നടത്തി. അതൊരു വലിയ ഉത്സവം പോലെയായിരുന്നു. അവിടെയും ആദ്യം ഈ ദേവരാജന്റെ പ്രത്യേക തരത്തിലുള്ള മ്യൂസിക് ഡയറക്ഷൻ എന്ന് പറയുന്നതിന്റെ ആ സങ്കൽപ്പം ആ കോൺസെപ്റ്റ് രാജഗോപാലൻ നായർക്കോ അവിടുത്തെ പ്രമാണിമാർക്കോ പലർക്കും ദഹിച്ചിരുന്നി

ല്ല. ഒപ്പം അദ്ദേഹത്തോടും. കണ്ടാൽ മെലിഞ്ഞ ഒരു കറുത്ത പയ്യൻ വന്ന് കേറുമ്പോൾത്തന്നെ.. ങാ 'പാടടോ കേൾക്കട്ടെ' എന്നു പറയുമ്പോൾ അദ്ദേഹം പാടില്ല. അതിന് പ്രത്യേക ചില ചിട്ടവട്ടങ്ങളൊക്കെ ഉണ്ട്. അതുകൊണ്ട് ധിക്കാരിയാണ് അഹങ്കാരിയാണ്. എനിക്ക് ഒരു ചാൻസ് തരണേ എന്നു പറഞ്ഞ് വരുന്നവരെയാണല്ലോ മനസ്സിൽ കരുതുന്നത്. അദ്ദേഹം അങ്ങനെയല്ല. അതുകൊണ്ടുതന്നെ എന്നോട് പറഞ്ഞിട്ടുണ്ട്, അയാൾ ധിക്കാരിയാണ്. അയാളെ നമുക്കാവശ്യമില്ല എന്നുവരെ പറഞ്ഞവരുണ്ട്. അതുപോട്ടെ. അറിഞ്ഞുകൂടാത്തതുകൊണ്ടായിരിക്കും. ഈ മനുഷ്യന്റെ കഴിവ് ലോകമംഗീകരിക്കുന്ന ഒരു കാലം വരണമേ എന്ന് ഞാൻ ദേവരാജന്റെ അടുത്തിരുന്നുകൊണ്ട് തന്നെ മനസാ പ്രാർഥിച്ചിട്ടുണ്ട്. അത്രകണ്ട് ആളുകൾക്ക് ഇനിയും മനസിലാകാത്തതെന്തോ ഒന്നാണ് അദ്ദേഹത്തിന്റെ കൈയിലിരിക്കുന്നത് എന്ന് എനിക്ക് തോന്നി. അവിടെ പിന്നെ സഹായത്തിന് വന്നത് പരവൂർകാരായ ജി ജനാർദനക്കുറുപ്പ്. ദേവരാജന്റെ നാട്ടുകാരനാണ്. എല്ലാറ്റിനുമുപരി 'പോറ്റി സാർ' എന്ന് വിളിക്കുന്ന കെ പി എ സി കേശവൻ പോറ്റി. മധ്യതിരുവിതാംകൂറിലെ പഴയ കമ്യൂണിസ്റ്റ് പ്രവർത്തകനായ പോറ്റിസാറും എന്തായാലും അദ്ദേഹത്തെക്കൊണ്ട് രണ്ടു മൂന്ന് പാട്ട് ചെയ്യിച്ച് നോക്കാം എന്നുപറഞ്ഞു. എന്റെ വീട്ടിൽ

വന്നിരുന്ന് ഞാൻ പാട്ടു പഠിക്കാൻ വാങ്ങിവച്ചിരുന്ന ഹാർമോണിയത്തിൽ വിരലോടിച്ച് ദേവരാജൻ പതുക്കെ പതുക്കെ 'നീലക്കുരുവി' എന്ന പാട്ടും പൊന്നരിവാളും' എല്ലാം ചെയ്തു. പൊന്നരിവാള് ജന പ്രീതി നേടിക്കഴിഞ്ഞതാണ്. അങ്ങനെ നാടകത്തി ലേക്ക് അത് കൂട്ടിച്ചേർത്തതാണ്. എന്നിട്ടും സുലോ ചന നേരത്തെ പഠിച്ച് വച്ചിരുന്ന ട്യൂണിന് എഴുതി ക്കൊടുത്ത 'തകർന്നു മടിയിൽ നിൻ വീണ (എം എസ് സുബ്ബലക്ഷ്മി പാടിയ പാട്ടിന്റെ ഈണത്തിൽ) കിടന്നോട്ടെ എന്നു വെച്ചു. നന്നായിട്ട് പാടുമായി രുന്നു. പക്ഷേ 'ദീപങ്ങൾ മങ്ങി കൂരിരുൾ തിങ്ങി മന്ദി രമൊന്നതാ കാൺമൂ മുന്നിൽ.' എന്ന നമ്മുടെ കെ എസ് ജോർജിന്റെ പാട്ടിലാണ് *നിങ്ങളെന്നെ കമ്യൂ ണിസ്റ്റാക്കി* നാടകം ആരംഭിക്കുന്നത്. ജോർജിന്റെ ശബ്ദം നല്ല മുഴക്കമുള്ള ശബ്ദമാണ്. ദേവരാജന്റേത് വളരെ light touch. നമ്മൾ മേക്കപ്പ് ഇടുമ്പോൾ പറ യില്ലേ light touch എന്ന്. അതെല്ലാം കൂടി ച്ചേർന്നപ്പോൾ അത് ഒന്നുമില്ലായ്മയിൽനിന്ന് പുതിയ എന്തോ ഉണ്ടായി എന്ന അനുഭവമാണ്, സത്യത്തിൽ സംഗീതത്തിൽ അന്നുണ്ടായത്. ഞാനിപ്പോഴും ആ ഉദ്ഘാടനരംഗം, ഓർക്കുന്നു. ചവറയിലെ തട്ടാശ്ശേരി ചന്തയിലെ ഒരു നാടൻ സിനിമ കോട്ടയ്ക്കകത്തു വെച്ചായിരുന്നു അത് നടത്തിയത്. അത് കേട്ടുകൊ ണ്ടിരുന്ന ആളുകൾക്കുണ്ടായ സന്തോഷം, അതു കഴിഞ്ഞ് ഇറങ്ങിവന്നപ്പോൾ, അവർ പ്രകടിപ്പിച്ച സ ന്തോഷം ഇപ്പോഴും ഓർക്കുകയാണ്. ഞങ്ങൾ രണ്ടുപേരും നടന്നാണ് ഏതാണ്ട് ഒന്നര കിലോമീ റ്റർ ദൂരെയുള്ള എന്റെ വീട്ടിലേയ്ക്ക് പോയത്. നല്ല നിലാവുള്ള രാത്രിയിൽ. ഞങ്ങൾ രണ്ടുപേരും പ്രതീ ക്ഷിച്ചില്ല; ഇത്രയും വലിയ അംഗീകാരമോ ജനപ്രീ തിയോ ഒരു കയ്യടിയോ ഈ പാട്ടിന് കിട്ടുമെന്ന്. അപ്പോൾ ദേവരാജൻ മഹാനാണ് എന്നൊക്കെ പറ യാൻ തുടങ്ങി. ആര്? എതിർത്തിരുന്ന ആളുകളിൽ പലരും. പറയുകയല്ല അപ്പോൾ പിന്നെ അങ്ങനെ യാണല്ലോ. (ചിരിക്കുന്നു) nothing suceeds like success എന്ന് ഇംഗ്ലീഷിൽ പറയാറുണ്ടല്ലോ. ജയിച്ചു കഴിഞ്ഞാൽ മഹാനാവും.

എം എ ബേബി : ഒരുപാട് അവകാശികൾ ഉണ്ടാകും. അതുവരെയും പിതൃശൂന്യമായിരിക്കും. സാറ് ഇപ്പോൾ പറഞ്ഞ കെ എസ് ജോർജും സുലോചനയും അങ്ങനെ വന്നവ രാണ് സാറ് എഴുതി അതുപോലെ ഭാസ്കരൻ

മാഷും വയലാറുമൊക്കെയെഴുതി, ദേവരാജൻ മാഷും രാഘവൻമാഷും ദക്ഷിണാമൂർത്തി സ്വാമിയുമൊക്കെ സംഗീതം കൊടുത്ത ഗാനങ്ങൾ പലതും ഇവർ വളരെ പ്രസിദ്ധമാക്കിയിട്ടുണ്ട്. ഇവർ രണ്ടുപേരെയും കണ്ടെത്തിയതിൽ ഇവിടുത്തെ പുരോഗമന പ്രസ്ഥാനത്തിന്റെ സാംസ്കാരിക സംഘടനകളുടെ ഒരു ജനകീയ പ്രവർത്തനശൈലി പങ്കുവഹിച്ചിട്ടുള്ളതായി....

ഒ എൻ വി : തീർച്ചയായും തീർച്ചയായും.

എം എ ബേബി : കെ എസ് ജോർജ് പുനലൂരോ മറ്റോ ഒരു മില്ലിന്റെയടുത്ത് കമ്യൂണിസ്റ്റ് പാർട്ടിയോഗം നടക്കുമ്പോൾ കൊച്ചുപയ്യനായിട്ട് എനിക്ക് പാട്ടു പാടാൻ അവസരം തരുമോന്ന് ചോദിച്ച് ചെന്നപ്പോൾ ആദ്യം വിസമ്മതിച്ചെങ്കിലും എന്നാ ഒരു പാട്ട് പാടിക്കോ എന്നു പറഞ്ഞ് അങ്ങനെ കണ്ടെത്തിയ...

ഒ എൻ വി : പുനലൂർ രാജഗോപാലൻ നായരും പാടിക്കൊള്ളാൻ പറഞ്ഞു.

എം എ ബേബി : അതുപോലെ എനിക്ക് തോന്നുന്നു ഒ എൻ വി സാറും കൂടി പോയിട്ടാണ് കെ പി എ സി സുലോചന കൊച്ചുകുട്ടിയായിരിക്കുമ്പോൾ...

ഒ എൻ വി : ഞാൻ കൂടെ പോയിരുന്നില്ല. ഞാനും ഉണ്ടായിരുന്നു. അന്ന് കൊല്ലത്ത് പഠിക്കുകയാണ്. തിരുവനന്തപുരത്ത് വന്ന് പോകുമായിരുന്നു. പോറ്റി സാറും ജനാർദനക്കുറുപ്പും രാജഗോപാലൻ നായരും എല്ലാം കൂടി പോയാണ്, വിളിച്ചതെന്നാണ് എന്റെ ഓർമ. എം പി പോൾ സാറാണ് ഞങ്ങളോട് പറഞ്ഞത്. ഇങ്ങനെ നല്ലൊരു ശബ്ദം ഒരു കുട്ടീടെ ഞാൻ കേട്ടു ആൾ ഇന്ത്യ റേഡിയോയിൽ എം എസ് സുബലക്ഷ്മി പാടിയ കീർത്തനമാണ് അവർ പാടിയത്. നന്നായിരിക്കുന്നു. നല്ല സ്വരം. നല്ല സ്വീറ്റ്നസ് എന്നൊക്കെ അദ്ദേഹം പറഞ്ഞു. ഒന്നു പോയി അന്വേഷിക്കാൻ പറഞ്ഞു. അങ്ങനെ ആൾ ഇന്ത്യ റേഡിയോയിൽ പോയി അന്വേഷിച്ചപ്പോഴാണ് ഇവിടെ ആ അമ്മൻകോവിലിന്റെ അടുത്ത് പുളിമൂട്ടിൽ നിന്നിറങ്ങി വരുമ്പോൾ ആ ഇടവഴിയിലെ വീട്ടിലാണ് അവർ. അവരെ കണ്ടെത്തി. ബാക്കിയൊക്കെ ചരിത്രമാണ്. ഈ പ്രൊഫഷണൽ നാടകരീതിയിലൊക്കെ ഉണ്ടല്ലോ അതൊക്കെയേ അവർക്ക് പരിചയമുള്ളൂ. എങ്കിലും അവരെ വിളിച്ചുകൊണ്ടുവന്നു. പാടിച്ച് കഴിഞ്ഞപ്പോൾ നമ്മൾ കണ്ടെത്തുന്നു ഒരു നല്ല ശബ്ദം, അതിന്റെ സന്തോഷം, പിന്നെ അഭിന

യിക്കുകയും ചെയ്യും. അഭിനയിച്ച് പാടും.

എം എ ബേബി : അഭിനയിച്ച് പാടും.

ഒ എൻ വി : അന്ന് മൈക്കല്ലാതെ മറ്റ് ഉപകരണങ്ങളൊന്നുമില്ല. റെക്കോഡ് ചെയ്ത് പാടുക അണിയറയിൽ അതൊന്നും ഇല്ല. ഓരോ ദിവസത്തിനും അപ്പോഴപ്പോൾ പാട്ട് അണിയറയിൽ നിന്നുള്ള പശ്ചാത്തല സംഗീതത്തോടൊപ്പം പാടിത്തീർക്കുകതന്നെ വേണം.

എം എ ബേബി : സാറ് പറഞ്ഞപ്പോഴാണ് വേദിയിൽ വന്നിരുന്ന് ചവിട്ട് ഹാർമോണിയമൊക്കെ വച്ച് പാടുന്ന സംഗീതഗുസ്തി എന്ന സമ്പ്രദായം...

ഒ എൻ വി : സാങ്കേതികമായി പറഞ്ഞാൽ ആദ്യം മാറ്റിയത് തിക്കുറിശ്ശിയാണ്. പക്ഷേ തിക്കുറിശ്ശിയുടെ നാടകം സംഗീതപ്രധാനമായ നാടകമായിരുന്നില്ല. അപൂർവം പാട്ടുകൾ ഉണ്ടായിരുന്നു എന്നേ ഉള്ളൂ. ഇതാണ് ആദ്യമായിട്ട് വേദിയിൽനിന്ന് ഇതിനെ മാറ്റാൻ കാരണം. പശ്ചാത്തലത്തിന്റെ യഥാർഥ പ്രതീതി ഉണ്ടാവുന്നതിന് ഈ ഹാർമോണിയം തടസം നിൽക്കുന്നു. മറ്റൊന്ന് ഈ ചവിട്ടു ഹാർമോണിയക്കാരന്റേതായിരിക്കുന്ന കസർത്തുകൾ അതിനകത്ത് ഉണ്ടാകും. കൊട്ടാരത്തിൽ ശങ്കുണ്ണി...

സരോജിനിച്ചേച്ചി: യേശുദാസിന്റെ അച്ഛന്റെയൊക്കെ കാലത്താണ്.

ഒ എൻ വി : ങാ യേശുദാസിന്റെ അച്ഛന്റെയൊക്കെ നാടകം നടക്കുന്ന കാലത്താണ്.

സരോജിനിച്ചേച്ചി: ഭാഗവതര് കഥാപാത്രം.

എം എ ബേബി : എം പി പോൾ മാഷും സാറും സഹപ്രവർത്തകരും കൂടെ നാടകത്തിന്റെ ഈ അവതരണ ശൈലിയിൽ

മാറ്റം വരുത്തണമെന്ന ചർച്ചകൾ നടന്നിട്ടുണ്ട് എന്ന് കേട്ടിട്ടുണ്ട്.

ഒ എൻ വി : സാറ് അന്നിവിടെ ട്യൂട്ടോറിയൽ കോളേജിട്ട് പഠിപ്പിക്കുകയായിരുന്നു. അപ്പോൾ ഞങ്ങൾ വൈകുന്നേരത്ത് അദ്ദേഹത്തിന്റെ ആരാധകരായ ഇംഗ്ലീഷ് സാഹിത്യം പഠിക്കുന്ന ചില വിദ്യാർഥികൾക്കൊപ്പം അവിടെ പോയിരുന്ന് സാറിനെക്കൊണ്ട് സംസാരിപ്പിക്കും. സാറിന്റെ സംഭാഷണം കേൾക്കാൻ വളരെ സുഖമാണ്. സുഖമെന്നു പറഞ്ഞാൽ ഒരു കവിത വായിക്കുകയോ കേൾക്കുകയോ ചെയ്യുന്ന സുഖമാണ്. അദ്ദേഹം ഷേക്സ്പിയർ കഥാപാത്രങ്ങളെപ്പറ്റിയൊക്കെ പതുക്കെ ഇങ്ങനെ-soft spoken words മൃദുഭാഷിതം- പറഞ്ഞുകൊണ്ടിരിക്കും. അതു കേൾക്കാനുള്ള കൗതുകത്തിൽ ചെല്ലുന്നതിനിടയ്ക്കാണ് അന്ന് honours നു പഠിച്ചിരുന്ന ശ്രീ രാജാമണി, (പിൽക്കാലത്ത് അദ്ദേഹം ഹൈകോർട്ടിലെ ഒരു വലിയ അഭിഭാഷകനായി തീർന്നു. അദ്ദേഹത്തിന്റെ മകനും വളരെ പ്രശസ്തനായ ഐ എഫ് എസ് ഉദ്യോഗസ്ഥനാണ്.) യാണ് അവിടെ കൊണ്ടുപോകുന്നത്. രാജാമണിയുടെ കൂടെ ജനാർദനക്കുറുപ്പ്, രാജഗോപാലൻ നായർ ഞങ്ങളിൽ ചിലർ കൂടെ ചെന്നു. പലപ്പോഴും ഞാൻ ഒറ്റയ്ക്കും. ചില സംശയങ്ങൾ ചോദിക്കാനും അല്ലാതെയും ഇവിടെ ഉള്ള വൈകുന്നേരങ്ങളിലൊക്കെ പോകും. അപ്പോൾ അദ്ദേഹത്തിന് വളരെ സന്തോഷം തോന്നാൻ കാരണം ഇവിടെ കോർപ്പറേഷന്റെ ആഭിമുഖ്യത്തിലുള്ള പ്രദർശനം നടക്കുന്നു. ഒരുമാസം നീണ്ടുനിൽക്കുന്ന അത് ഈ സ്റ്റേഡിയത്തിലാ നടക്കുന്നത്. അന്ന് പന്തലൊക്കെ കെട്ടി ആ പ്രദർശനത്തിൽ കലാപരിപാടികൾക്ക് ഹരീന്ദ്രനാഥചതോപാധ്യായയെ കൊണ്ടുവരണം എന്ന് പറഞ്ഞു. കാരണം അതിൽ മുൻകൈ എടുക്കുന്ന ഇന്തോ-ചൈന സൊസൈറ്റി ഫ്രണ്ട്ഷിപ്പ് സൊസൈറ്റി, ഇന്തോ-റഷ്യൻ സോവിയറ്റ് ഫ്രണ്ട്ഷിപ്പ് സൊസൈറ്റി പോലുള്ള സാംസ്കാരിക സംഘടനകളുടെ ഒരു പ്രേരണ അതിനുപിന്നിൽ ഉണ്ട്. അപ്പോൾ ഹരീന്ദ്രനാണെങ്കിൽ ആയിടയ്ക്ക് സോവിയറ്റിലൊക്കെ പോയി വന്ന് നിൽക്കുകയായിരുന്നു അങ്ങനെ ഹരീന്ദ്രൻ, ചന്ദ്രലേഖ പാട്ടീൽ, ഈയടുത്തകാലത്ത് മരിച്ചുപോയ ദശരഥ് പാട്ടീൽ അവരൊക്കെ അദ്ദേഹത്തിന്റെ കൂടെ പാടാനും ഒക്കെ വരും. ഹരീന്ദ്രനെ വിളിച്ച് കൊണ്ടുവന്ന് ഷേക്സ്പി

യർ നാടകം കളിപ്പിക്കും. അതിന് പ്രേരണ നൽകുന്ന ഞങ്ങളോട് സാറിന് വലിയ സ്നേഹമായിരുന്നു. ഇംഗ്ലീഷ് സാഹിത്യത്തിലുള്ള സാറിന്റെ താൽപ്പര്യവും ഷേക്സ്പിയർ ഡ്രാമയോടുള്ള താൽപ്പര്യവും പ്രത്യേകം പറഞ്ഞറിയിക്കേണ്ടതില്ല. അതിന്റെ ഒരു care of ലാണ് ഞങ്ങളൊക്കെ സാറിന്റെ മുമ്പിൽ ചെന്നിരിക്കുന്നത്. അപ്പോൾ സാറിന്റെ റഗുലർ ക്ലാസൊക്കെ കഴിഞ്ഞ് അവിടെ വന്നിരുന്ന് പതുക്കെ ഇങ്ങനെ സംസാരിച്ച് തുടങ്ങും. അത് കേൾക്കുമ്പോൾ ഒരു സുഖം. ആ കൂട്ടത്തിലാണ് നാടക ചർച്ച. കെ പി എ സി യുടെ രൂപവൽക്കരണം അതിൽ ആരൊക്കെ എന്തു വേണം എന്നെല്ലാം ചർച്ച ചെയ്യും. *എന്റെ മകനാണ് ശരി* എന്ന നാടകം ഒരു സംഘസൃഷ്ടിയായിട്ട് ഉണ്ടാക്കി. അതിന്റെ ഫോർമുലയൊക്കെ ശരിയായിരുന്നു. പക്ഷേ അത് നാടകമായില്ല. കാരണം അത് പഠിപ്പിക്കുന്ന ഒരു പാഠമുണ്ട്. എഴുതുന്ന ഒരാളിന്റെ പ്രതിഭയിൽ നിന്നതു വരണം. നാടകം ഇങ്ങനെ കൂട്ടായിട്ട് ഉണ്ടാക്കിയാൽ ശരിയാവില്ല. ഈ folk dramas ഒക്കെ അങ്ങനെ ഉണ്ടാവും. ഇംപ്രൊവൈസ് ചെയ്തുണ്ടാകും. അതിന്റെ പാഠങ്ങൾ ഉൾക്കൊണ്ടാണ് സത്യം പറഞ്ഞാൽ തോപ്പിൽ ഭാസി *കമ്യൂണിസ്റ്റാക്കി* നാടകം എഴുതിയത്. അതിനു മുമ്പ് *മുന്നേറ്റം* എന്ന ഒരു ചെറിയ ഏകാങ്കം ആയിരുന്നു. ആ ഏകാങ്കത്തിലെ കഥാപാത്രങ്ങളോടൊപ്പം വേറെ ചില കഥാപാത്രങ്ങളെയും കൊണ്ടുവന്ന് അദ്ദേഹം എഴുതി. അതും രംഗത്ത് അവതരിപ്പിച്ചപ്പോൾ സുലോചനയെടുത്തിരുന്ന സുമം എന്ന കഥാപാത്രമൊന്നും ഭാസി ആദ്യം എഴുതിയ സ്ക്രിപ്റ്റിൽ ഉണ്ടായിരുന്നില്ല. അങ്ങനെ ഒരു ഒത്തുചേരൽ ജനങ്ങൾക്കന്നാവശ്യമായ എന്തോ എന്തൊക്കെയോ കാര്യങ്ങളുടെ ഒരു ഒത്തുചേരൽ ഉണ്ടായി. ആ കൂട്ടത്തിൽ ഒത്തുചേർന്നതാണ് എന്റെയും ദേവരാജന്റെയും ഈ പാട്ടും.

എം എ ബേബി : സാറിന്റെ ഈ നാടകഗാനങ്ങളും ചലച്ചിത്ര ഗാനങ്ങളുമൊക്കെ പ്രവാസി മലയാളികളെ സംബന്ധിച്ചിടത്തോളം അവർക്ക് കേരളീയ സംസ്കൃതിയുടെയും കേരളീയ അനുഭവത്തിന്റെയും ഒരു നല്ല ഭാഗമാണ്; ഒരംശമാണ്. അങ്ങനെ അവരത് സൂക്ഷിക്കുന്നുണ്ട്. ഏതെങ്കിലും സന്ദർഭത്തിൽ തങ്ങൾക്ക് തൽക്കാലം നാട്ടിൽ നിന്നകന്ന് നിൽക്കേണ്ടി വരുമ്പോൾ നഷ്ടപ്പെടുന്ന കേരളത്തിന്റെ ഒരുഭാഗമെങ്കിലും അനുഭവവേദ്യമാക്കിയെടുക്കാൻ തന്റെ രച

നകൾ പ്രയോജനപ്പെടുന്നുണ്ട് എന്ന് മനസിലായിട്ടുള്ള നിമിഷങ്ങൾ ഉണ്ടോ?

ഒ എൻ വി : ആദ്യമായി ഞാൻ ഗൾഫിൽ പോയത് മസ്കറ്റിലേക്കാണ്. മസ്കറ്റിൽ ചെന്ന് അവിടുത്തെ പ്രധാന പരിപാടിയെല്ലാം കഴിഞ്ഞപ്പോൾ ഞാൻ പറഞ്ഞു: എനിക്ക് ഇവിടെ ഉൾനാട്ടിൽ ദൂരെയായിട്ട് മലയാളികൾ ക്യാമ്പ് ഷെഡിൽ താമസിക്കുന്നു എന്നുകേട്ടിട്ടുണ്ട്. അതൊക്കെ കണ്ടാൽ കൊള്ളാമെന്ന് പറഞ്ഞു. ഓ കൊണ്ടുപോകാം എന്ന് പറഞ്ഞു. അതിനുവേണ്ടി രണ്ടു ദിവസം താമസിച്ചു. അപ്പോൾ മസ്കറ്റിലെ ഈ പ്രധാന നഗരത്തിൽനിന്ന് ഉള്ളിലേക്ക് കൊണ്ടുപോയി. ഒമാനിലെ ഉൾഭാഗത്തുള്ള ഒരു ബ്രിട്ടീഷ് കമ്പനിയുടെ ജോലിക്കാരാണ്. അവർക്ക് ഈ ടൂടയർ ഉള്ള ക്യാമ്പുകൾ. (two tier) ആണ് കിടക്കാനുള്ളത്.

എം എ ബേബി : പലനിരകട്ടിൽ

ഒ എൻ വി : പലനിരകട്ടിൽ. അങ്ങനെ അവിടെ ഞാൻ ചെല്ലുമ്പോൾ... ഞാൻ അവിടെ ചെല്ലുമെന്ന് മുന്നറിയിപ്പൊന്നുമില്ല. രണ്ടുമൂന്ന് കാറുകളിലായിട്ട് ഭാരവാഹികൾ എന്നെയും കൊണ്ട് അവിടെ ചെല്ലുന്നു. അപ്പോൾ അവര് അന്തംവിട്ടു നോക്കുകയാണ്. ചതുരശ്രാകൃതിയിലുള്ള ഒരങ്കണം. അതിന് ചുറ്റുമാണീ ക്യാമ്പ്. അവിടെ ഒരു കിണറുമുണ്ടാകും. എല്ലാവർക്കും ഒന്നിച്ച് ഉപയോഗിക്കാവുന്നത്. ഒരു കൂട്ടർ അലക്കുന്നു, ഒരു കൂട്ടർ കറിക്ക് നുറുക്കുന്നു, ഒരു കൂട്ടർ പാചകത്തിന്റെ പ്രവൃത്തിയിൽ ഏർപ്പെട്ട് നിൽക്കുന്നു. ഇങ്ങനെ ഓരോരുത്തരും എല്ലാവർക്കും വേണ്ടിയും എല്ലാവരും ഓരോരുത്തർക്കുംവേണ്ടിയും ജോലി ചെയ്യുകയാണ്. ഇതിനെല്ലാം പശ്ചാത്തലമായിട്ട് ഒരു ചെറിയ ട്രാൻസിസ്റ്ററിൽനിന്ന് "വെള്ളാരം കുന്നിലെ പൊൻമുളം കാട്ടിലെ പുല്ലാങ്കുഴലൂതും കാറ്റേ വാ... എന്ന പാട്ട് സുലോചനയുടെ ശബ്ദത്തിൽ കേട്ടോണ്ടിരിക്കുന്നു. അത് ഇവർക്കെല്ലാം കേൾക്കത്തക്ക വണ്ണം ഉറക്കെ വച്ചിരിക്കുകയാണ്. ഞാൻ ചെന്നപ്പോൾ എന്റെ കൂടെ വന്നവർ സാറിന്റെ പാട്ടാണല്ലോ കേൾക്കുന്നത് എന്നു പറഞ്ഞപ്പോ എന്നെ മനസ്സിലായി. അവർ എന്നെ മുമ്പ് കണ്ടിട്ടൊന്നുമില്ല. ഒരു ചെറുപ്പക്കാരൻ-ഇപ്പോഴും ഞാനത് മറക്കില്ല- അയാൾ പറഞ്ഞു "സാറെ ഈ പാട്ട് കേൾക്കുമ്പോൾ- ഞങ്ങൾക്ക് രണ്ടു മൂന്ന് കൊല്ലത്തിലേ നാട്ടിൽ പോകാൻ പറ്റൂ- നാട്ടിൽ ഒന്ന് പോയി വന്ന

ഒരു സുഖം കിട്ടും. അപ്പോൾ ഞാൻ പറഞ്ഞു: എനിക്ക് ഈ ഗാനരചനയുടെ പേരിൽ കിട്ടിയ ഏറ്റവും വലിയ ഒരു അവാർഡായിട്ട് ഞാനിത് സ്വീക രിക്കുന്നു. ഇത് ഒരു സത്യമാണ്. ജ്ഞാനപീഠസ മ്മാനം ലഭിച്ചു എന്നറിയിപ്പ് വരുമ്പോഴും ഞാൻ ദുബായിലായിരുന്നു. മറ്റൊരു ഗൾഫ് രാജ്യത്ത്. അവിടെ ജനങ്ങളുടെ മനസിൽ ഇത് മാത്രമല്ല; നേര ത്തെ പറഞ്ഞ "അമ്മ" പോലെത്തെ കവിതകളൊ ക്കെ പഠിക്കുന്നത് അവിടത്തെ കുട്ടികൾക്ക് മലയാളം സ്കൂളിൽ പഠിക്കാൻ കഴിയാത്ത ദുഃഖം തീർക്കുന്ന തുതന്നെ ഈ കവിതകളുടെയൊക്കെ കാസറ്റ് കുട്ടി കളെ കേൾപ്പിച്ചുകൊണ്ടാണ്. ഇതൊക്കെ അവരുടെ രീതിയാണ്. അങ്ങനെ മലയാള ഭാഷയോടും മല യാളനാടിനോടുമുള്ള അവരുടെ ഈ മനസിന്റെ ഈ ഒരു പ്രത്യേകമായ അടുപ്പം അഭിമുഖ്യം എന്നൊന്നും പറഞ്ഞാ ശരിയാവില്ല. അവരുടെ മനസിൽ ഒട്ടി നിൽക്കുന്നമാതിരി അതിന് ഞാൻ ഒരു പങ്കു വഹി ക്കുന്നു എന്നതിൽ; എനിക്ക് ഒരു എളിയ പങ്ക് ഒരു പക്ഷേ അതുപോലെ തന്നെ ഭാസ്കരൻ മാഷു ടെയോ അല്ലെങ്കിൽ വയലാറിന്റെയോ ഒക്കെ തന്നെ യുള്ള പാട്ടുകൾ സഹായകമായിട്ടുണ്ടാകും, സംശ

യമില്ല.

എം എ ബേബി : ഇത് പറഞ്ഞപ്പോഴാണ് നമ്മുടെ ചലച്ചിത്ര കാവ്യ ശാഖ അതിന്റെ ഒരു സൗഭാഗ്യമെന്ന് പറയാമെന്നു തോന്നുന്നു. നിങ്ങൾ ത്രിമൂർത്തികൾ ഭാസ്കരൻ മാഷും ഒ എൻ വി സാറും വയലാർ രാമവർമ്മയും. നിങ്ങളുടെ ഈ സർഗാത്മകതയുടെ സാന്നിധ്യം നമ്മുടെ ചലച്ചിത്ര കാവ്യശാഖയെ ഒരു പുതിയ തലത്തിലേക്ക് ഉയർത്താൻ സഹായകമായിട്ടുണ്ടെന്നാണ് ഞങ്ങളെപ്പോലെ എളിയ ആസ്വാദകന്മാർക്ക് തോന്നുന്നത്. നിങ്ങളുടെ സർഗാത്മകത പരസ്പരം പോഷിപ്പിച്ചിട്ടുണ്ടോ എന്ന് എനിക്ക് തോന്നുകയാണ്. ഒ എൻ വി സാറും ഗാനരചന നടത്തുന്നുണ്ട് എന്നുള്ള ഓർമ വളരെ ഉന്നതനിലവാരമുള്ള രചനകൾ നടത്താൻ ഭാസ്കരൻ മാഷെയും വയലാറിനെയും പ്രേരിപ്പിച്ചിട്ടുണ്ടാകും.

ഒ എൻ വി : തിരിച്ചും പറയാം.

എം എ ബേബി : സാറിനെയും പ്രേരിപ്പിച്ചിട്ടുണ്ടാകും. ഇത് സംഗീത സംവിധാനത്തിന്റെ മേഖലയിലും പ്രസക്തമാണ്. ദേവരാജൻമാഷും ദക്ഷിണാമൂർത്തിയും രാഘവൻമാഷും ബാബുരാജും എനിക്ക് തോന്നുന്നു നിങ്ങൾക്ക് ശേഷം വന്ന ശ്രീകുമാരൻ തമ്പിയെ പോലെയുള്ള നല്ല രചയിതാക്കളുണ്ട്. അവർക്കും ഇതെല്ലാം ഒരു വെല്ലുവിളിയാണ്. കാരണം ഇവരെല്ലാം എഴുതി മലയാള ചലച്ചിത്ര കാവ്യശാഖയെ ഉന്നത നിലവാരത്തിൽ എത്തിച്ചിരിക്കുന്നു. So we should not do less. അതിൽനിന്ന് താഴാൻ പാടില്ല എന്ന ഒരു സാഹചര്യം സൃഷ്ടിക്കപ്പെട്ടിട്ടുണ്ട്. സാറിന് ഇതിൽ ഒരു വലിയ പങ്കുണ്ട്.

ഒ എൻ വി : ശരിക്കു പറയുകയാണെങ്കിൽ ഓരോരുത്തരും വെവ്വേറെ ആയി നിൽക്കുകയും അതേസമയത്ത് ഒരു കൂട്ടായ്മയായി ചില കാര്യങ്ങൾ ചെയ്തുകൊണ്ടിരിക്കുകയും ചെയ്തു എന്നുള്ളതാണ് നേട്ടം. വയലാറിന്റെ കാവ്യാത്മകമായ ചില വരികളൊക്കെ കേട്ടാൽ അത് കവിതയല്ലെന്ന് എങ്ങനെ പറയാൻ സാധിക്കും. “രാത്രി പകലിനോടെന്നപോലെ യാത്ര ചോദിപ്പൂ ഞാൻ” അതുപോലെ “കടലിലെ ഓളവും കരളിലെ മോഹവും അടങ്ങുകില്ലോമനേ അടങ്ങുകയില്ല” ഇതൊക്കെ ഒരു കവി എഴുതുന്നതാണ്. ഒരു കവിക്കു മാത്രമേ ഇത് എഴുതാൻ സാധിക്കൂ. അല്ലാതെ രണ്ടു മൂന്ന് സംബോധനകളും നിന്നെ ഞാൻ സ്നേഹിക്കുന്നു. പിന്നെ നിന്നെ ഞാൻ ഒന്നു

തൊട്ടോട്ടെ എന്നൊക്കെ പറയുന്ന മാതിരി ഉള്ള പാട്ടുകളല്ല അത്.

എം എ ബേബി : സാറിന്റെ കൽപ്പന...

ഒ എൻ വി : അതുപോലെ പി ഭാസ്കരന്റെ അഞ്ജനക്കണ്ണെഴുതി എന്ന പാട്ട് സംസ്കൃതസാഹിത്യത്തിൽ വാസകസജ്ജിക എന്ന ഒരു വിഭാഗം നായികയുണ്ട്. അതായത് തന്റെ കമിതാവിനു വേണ്ടി, ഇഷ്ടപ്പെട്ടവനു വേണ്ടി എല്ലാം ഒരുക്കിവയ്ക്കുന്ന ഒരുങ്ങിനിൽക്കുന്ന നായിക. അതിന്റെ മലയാളത്തിലെ ഏറ്റവും മനോഹരമായ ഒരു രൂപമാണ്, അഞ്ജനക്കണ്ണെഴുതിയതിലൂടെ നമുക്ക് കിട്ടുന്നത്, ആശിച്ച കറിയെല്ലാം ഒരുക്കിവച്ച്.

എം എ ബേബി : തച്ചോളി ഒതേനൻ

ഒ എൻ വി : നേരെമറിച്ച് ഈ തരുന്ന ട്യൂണിനകത്ത് ആശിച്ച കറിയെല്ലാം ചേരുകില്ല. നല്ല ട്യൂണിന് നല്ല പാട്ടെഴുതാൻ സാധിക്കും. പക്ഷേ ആശിച്ച കറിയെല്ലാം പലപ്പോഴും നല്ല ട്യൂണിനകത്ത് കേറുകേല. പിന്നെ നല്ല ട്യൂൺ അതിന് അതിന്റേതായ വ്യക്തിത്വമുണ്ടെങ്കിൽ നമുക്ക് നമ്മുടെ വാക്കുകളും അതിനനുസരിച്ച് ഒക്കെ ശരിപ്പെടുത്തി വയ്ക്കാം. അങ്ങനെയാണ് സലിൽദായൊക്കെ... സലിൽദായുടെ സംഗീതത്തിലാണ് കടലിലെ ഓളവും ഒക്കെ രാമവർമ്മ എഴുതിയത്. പക്ഷേ ശ്രീകുമാരൻ തമ്പിയുടെ പാട്ടു പറഞ്ഞില്ലേ. അതുപോലെ യൂസഫലിയുടെ നല്ല പാട്ടുകൾ. തീർച്ചയായും ഞങ്ങൾക്ക് വളരെ സന്തോഷം തോന്നിയിട്ടുള്ള, നമ്മുടെ പിന്നാലെ ആളുണ്ട് എന്ന് തോന്നിയിട്ടുള്ള പാട്ടുകളാണ്. അതിനുശേഷം വന്നവരും അവരാൽ കഴിയുന്നപോലെ നന്നായിട്ടൊക്കെ എഴുതിയിട്ടുണ്ട്. മോശമല്ല, പക്ഷേ ആ ശൈലി മാറിപ്പോകുന്നു. ശൈലി മാറ്റാൻ എന്നെപ്പോലും പ്രേരിപ്പിക്കുകയോ നിർബന്ധിക്കുകയോ ചെയ്യുന്ന ഒരു സമൂഹമാണ് ഇന്നത്തെ...

എം എ ബേബി : സാഹചര്യം.

ഒ എൻ വി : സാഹചര്യം. ഇന്നത്തെ ഭാഷയിൽ പറഞ്ഞാൽ setup. അതിന്റെ setup മാറി. മര്യാദയ്ക്ക് സംഗീതകാരനെ അനുസരിച്ചു കൊള്ളണം എന്ന് ഏതാണ്ട് അലിഖിത നിയമം വന്നതുപോലൊരു തോന്നലുണ്ട്. അത് അനുസരിക്കാൻ പറ്റില്ല

എം എ ബേബി : 55 വർഷം അല്ലേ. $5^1/_2$ പതിറ്റാണ്ട് കാലം. ഇങ്ങനെ യുവാവായി എല്ലാ മാനസിക ഭാവങ്ങൾക്കും അനുയോജ്യമായ രചനകളുമായി നിൽക്കാൻ കഴിയുക

എന്ന വിസ്മയം ലോകത്ത് വേറെ എവിടെയെങ്കിലും ഉണ്ടാകുമോ?

ഒ എൻ വി : മനസ്സിലെ യൗവനം കാത്തുസൂക്ഷിച്ചാ മതി. ആ കാര്യത്തിൽ മനസ്സിൽ യൗവനം ഉണ്ടായിരിക്കണം. മനസ്സിലെ യൗവനം എന്നു പറയുന്നത് ശരീരത്തിന്റെ കാമനകൾക്ക് വഴങ്ങുന്നതല്ല. മനസ്സിന്റേതായിരിക്കുന്ന കാമനകളുണ്ട്. അത് സൗന്ദര്യാത്മകമാണ്. ഉദാഹരണം പറയുകയാണെങ്കിൽ സീതയുടെ ദുഃഖം നമ്മുടേയും ദുഃഖമാണ്. പക്ഷേ സീത എന്ന വ്യക്തിയുടെ ദുഃഖമല്ല അത്. സീത നിർവ്യക്തികമായിത്തീരുന്നു. അതുപോലെ തന്നെ ശകുന്തളയും ദുഷ്യന്തനും തമ്മിൽ സ്നേഹമുണ്ടാകുന്നു. പക്ഷേ നമ്മൾ ശകുന്തളയെ പ്രേമിക്കുന്നില്ലല്ലോ. പക്ഷേ ശകുന്തള പ്രണയലേഖനം എങ്ങനെ എഴുതണമെന്ന് ചോദിക്കുമ്പോൾ നമ്മുടെ മനസ്സും അതിനനുസരിച്ച് പോകുന്നില്ലേ? അപ്പോ നിർവ്യക്തികത്വം വരുന്നു. അവിടെ നമ്മൾ സാധാരണീകരിക്കപ്പെടുന്നു. ഇതൊക്കെയാണ് അതിന്റെ തത്ത്വം. അങ്ങനെ നമുക്ക് മനസ്സുകൊണ്ട് ഏറ്റവും അധികം സ്നേഹിക്കുന്ന ഒരു കൗമാര സ്നേഹത്തിന്റെ പോലും വികാരം സാധാരണീകരിച്ച് ഉൾക്കൊള്ളാൻ കഴിയുന്നിടത്തോളം അങ്ങനെ എഴുതാൻ പറ്റും. നേരെമറിച്ച് ഞാൻ വയസനായിപ്പോയി, എന്റെ ശരീരകാമനകളെ മാത്രമാണ് ഞാൻ അനുസരിക്കുന്നത് എങ്കിൽ എന്റെ ശരീരകാമനകളുടെ വാർധക്യം എന്റെ മനസ്സിനെയും സാധിക്കും. എഴുതാൻ പറ്റില്ല.

എം എ ബേബി : ഈ സർഗാത്മകതയെക്കുറിച്ച് പറഞ്ഞപ്പോൾ, സർഗസമ്പന്നനായ ഒരാളായിട്ട് ജീവിക്കുക എന്ന് വളരെ സാഹസികമായിട്ടുള്ള ഒരു കാര്യമാണ്. എനിക്ക് വളരെ ബഹുമാനമുള്ള ഒ എൻ വി സാറിനെ ഞാൻ എത്രമാത്രം സ്നേഹിക്കുകയും ആരാധിക്കുകയും ചെയ്യുന്നുവോ അത്രമാത്രം സ്നേഹവും ബഹുമാനവുമുള്ള കവിയാണ് വൈലോപ്പിള്ളി. ഒ എൻ വി സാറിനും വൈലോപ്പിള്ളിയെ വളരെ ബഹുമാനമാണ്. പക്ഷേ അദ്ദേഹത്തിന്റെ കുടുംബജീവിതത്തെക്കുറിച്ച് ആലോചിക്കുമ്പോൾ പിന്നെ നമുക്ക് വലിയ വേദന തോന്നും. സരോജിനിച്ചേച്ചിക്ക് ഈ സർഗധനന്റെ സവിശേഷ വ്യക്തിത്വത്തിന്റെ പ്രത്യേകതകളൊക്കെയായിട്ട് പൊരുത്തപ്പെട്ട് പോകാൻ കഴിഞ്ഞതിന്റെ രഹസ്യമെന്താണ്. ഒരുപക്ഷേ വൈലോപ്പിള്ളിയിൽനിന്ന് വ്യത്യസ്തമായി തന്റെ സർഗജീവി

തത്തിന്റെ അവിഭാജ്യഘടകമായി ഒരു സർഗാത്മക കുടുംബജീവിതം നയിക്കാൻ ഒ എൻ വി സാറിന് കഴിയുന്നുണ്ടോ?

സരോജിനിച്ചേച്ചി: പരസ്പരസ്നേഹം കൊണ്ടേ അത് സാധിക്കൂ. അങ്ങോട്ടു സ്നേഹമാണ്, ഇങ്ങോട്ടു ശുണ്ഠിയും. വൈലോപ്പിള്ളിയുടെമാതിരി ഉണ്ടെന്നാണ് തോന്നുന്നത്, പക്ഷേ നമുക്ക് നമ്മുടെ ജീവിതം തന്നെ ഒരു adjustment ആണ്. നമ്മൾ ഒരു പുതിയ ജീവിതത്തിലേക്ക് വരികയല്ലേ വേറൊരാളുടെ കൂടെ. നമുക്ക് ദൂരെ കണ്ട് ഇഷ്ടപ്പെട്ടാലും കുടുംബത്തിലേക്ക് വരുമ്പോൾ വേറെ രീതിയല്ലേ? അപ്പോൾ നമുക്ക് മനസ്സിലാക്കാൻ കഴിയണം. എന്നെ സംബന്ധിച്ചാണെങ്കിൽ സർവ ചുറ്റുപാടുകളും മാറിയാണ് ഞാനിവിടെ വന്നത്. കൊല്ലത്ത് വന്നപ്പോഴേക്ക് എനിക്ക്... എറണാകുളത്തിന് ഇപ്പുറം എന്നു പറഞ്ഞാൽ എന്താന്നറിയില്ല. ലോകത്തിന്റെ അവസാനം എറണാകുളമായിട്ടാ ഞാൻ കണക്കാക്കിയിട്ടുണ്ടായിരുന്നത്. പഠിച്ചതവിടെയാണ് അതുകൊണ്ട്.

എം എ ബേബി: മുണ്ടശ്ശേരിമാഷ് പറഞ്ഞത് ലോകത്തിന്റെ അവസാനത്ത് നിന്നാണോ (ചിരി) ഈ നാരിയെ കണ്ടുപിടിച്ചത്?

ഒ എൻ വി: ഭൂമിയുടെ അറ്റത്തു നിന്നാണോ? (ചിരി)

എം എ ബേബി: ഈ നാരിയെ കിട്ടിയത്?

സരോജിനിച്ചേച്ചി: അന്ന് ശരിക്ക് വേറെയാണ്. കടത്ത് കടന്നിട്ടാണ് ഞങ്ങൾ ഇപ്പുറത്തേയ്ക്ക് തിരുവിതാംകൂറിലേയ്ക്ക് കടക്കുന്നത്. അരൂര് വന്നിട്ട് കാറീന്ന് ഇറങ്ങുന്നു. പിന്നെ ചങ്ങാടത്തിലേക്ക്...

എം എ ബേബി: ഇ എം എസ് സത്യപ്രതിജ്ഞ ചെയ്യാൻ വരുന്നത് കടത്ത് കടന്നിട്ടായിരുന്നു എന്ന് ഞാൻ പറഞ്ഞ് കേട്ടിട്ടുണ്ട്. 57 ൽ...

ഒ എൻ വി: രവിപുരത്ത് നിന്ന് വന്നിട്ട് അരൂർ വന്ന് കടത്ത് കടന്നിട്ടാണ്.

സരോജിനിച്ചേച്ചി: കടത്ത് കടന്നാൽ ശരിക്കും വേറൊരു ലോകം. ഭക്ഷണം, ആളുകളുടെ വർത്തമാനം, ആളുകളുടെ രീതികൾ, സ്വഭാവങ്ങൾ എല്ലാം വ്യത്യസ്തമാണ്.

എം എ ബേബി: സാറെന്തിനാണ് ശുണ്ഠി എടുക്കാറുള്ളത്.

സരോജിനിച്ചേച്ചി: (ചിരിച്ചിട്ട്) കുടുതലും ഭക്ഷണക്കാര്യത്തിലാ. ദോഷം പറയരുത്.

എം എ ബേബി: ഭക്ഷണകാര്യത്തിൽ.

സരോജിനിച്ചേച്ചി: എന്നും വഴക്കിടും.

എം എ ബേബി: ഭക്ഷണത്തിൽ ഡോക്ടർമാർ പറയുന്ന നിഷ്കർഷ പാലിക്കാതെ വരുമ്പോൾ

സരോജിനിച്ചേച്ചി: പാലിക്കാതെ വരുമ്പോൾ ഞാനും എന്റെ മക്കളും എല്ലാം വഴക്കിടും. പിണങ്ങി എണീറ്റുപോകാൻ വരെ നോക്കും.

എം എ ബേബി : വേറെ ദുശ്ശീലമൊന്നും സാറിനില്ലാത്തതുകൊണ്ട് ഭക്ഷണക്കാര്യത്തിൽ കുറച്ച് compromise ചെയ്തു കൂടെ.

സരോജിനിച്ചേച്ചി: ദുഃശ്ശീലം. ഭയങ്കര സിഗരറ്റ് വലിയായിരുന്നു. പഠിപ്പിക്കുന്ന കാലത്ത് chain smoker ആയിരുന്നു.

എം എ ബേബി : പണ്ട് ഒരു സിഗരറ്റിനെ മുറിച്ച് അതിന്റെ ചെറിയ കഷ്ണമേ വലിക്കാറുള്ളൂ എന്നാണ് കേട്ടിട്ടുള്ളത്.

സരോജിനിച്ചേച്ചി: അതൊക്കെ മാറ്റാൻ നേരത്ത്. അതങ്ങനെയല്ല. പാക്കറ്റ് തന്നെ കൈയിൽ കൊണ്ട് നടക്കും. ഒരു സിഗരറ്റ് ക്ലാസിന്റെ വെളിയിൽനിന്ന് വലിച്ചു കളഞ്ഞിട്ട് ക്ലാസിൽ കയറിവരും.

സരോജിനിച്ചേച്ചി: ഇറങ്ങിക്കഴിഞ്ഞ് കത്തിച്ചിട്ടാണ് മുകളിലോട്ട് സ്റ്റാഫ് റൂമിൽ പോകുന്നത്. അങ്ങനെ chain smoker ആയിരുന്നു. അസുഖം വന്ന് തന്നത്താൻ നിർത്തി. ആര് പറഞ്ഞാലും കേൾക്കില്ല. ഭയങ്കര വാശിയാ.

എം എ ബേബി : അതല്ല, ഒരു ആത്മനിയന്ത്രണത്തിന്റെ ഭാഗമായി സാറിന്...

സരോജിനിച്ചേച്ചി: 'എനിക്ക് തോന്നണം. എന്നെങ്കിലും ശീലങ്ങൾ മാറ്റണമെങ്കിൽ എനിക്ക് തോന്നണം' എന്നു പറയും. അങ്ങനെതന്നെ. അങ്ങനെതന്നെയാണ്.

ഒ എൻ വി : അത്തരം കാര്യങ്ങളിൽ നിയന്ത്രണമൊന്നുമില്ലാത്ത ആളാണെന്ന് സ്വയം കൽപ്പിച്ച് ഉപദേശിക്കുമ്പോഴാണ് എനിക്ക് ദേഷ്യം വരുന്നത്.

സരോജിനിച്ചേച്ചി: അല്ല. സ്നേഹമുള്ള ഭാര്യയായതുകൊണ്ടാണ്, പറയുന്നത് കേൾക്കണം അങ്ങനത്തെ ചിന്തയൊന്നുമില്ല.

ഒ എൻ വി : അങ്ങനെയൊന്നുമില്ല. സ്നേഹമുള്ളതുകൊണ്ട് ഞാൻ പറയുന്നതെല്ലാം അനുസരിച്ച് കൊള്ളണമെന്ന് അങ്ങോട്ടും പറയാറില്ല.

സരോജിനിച്ചേച്ചി: ഇല്ല അതു ശരിയാണ്.

എം എ ബേബി : പരസ്പര സ്വാതന്ത്ര്യം അംഗീകരിച്ചുകൊണ്ടുള്ള ജീവിതം.

ഒ എൻ വി : അതെ അതെ പരസ്പര സ്വാതന്ത്ര്യം... നമ്മളെ ബഹുമാനിക്കാതെ സ്വാതന്ത്ര്യം അടിച്ചേൽപ്പിക്കുന്നുണ്ടെന്ന് തോന്നുന്ന നിമിഷങ്ങൾ ഉണ്ടാകുമല്ലോ. അപ്പോഴാണ് നമ്മളത് പൊട്ടിക്കുന്നത് പക്ഷേ അത് കഴിഞ്ഞ് അതിൽനിന്നു മാറുന്നു.

എം എ ബേബി : സ്നേഹത്തിന്റെ ഈ പാരതന്ത്ര്യം മൃതിയേക്കാൾ

ഭയാനകം എന്ന് പറയുന്നപോലെ (ചിരി)

ഒ എൻ വി : സ്നേഹത്തിന്റെ പാരതന്ത്ര്യം അത് കൊള്ളാലോ. അത് നല്ല പ്രയോഗമാ.

സരോജിനിച്ചേച്ചി: അത് കൊള്ളാം.

എം എ ബേബി : സാറിന്റെ ആദ്യത്തെ ഗാനങ്ങൾ നമ്മൾ നേരത്തെ കണ്ടതുപോലെ, സാറ് എഴുതിവച്ച കവിതകൾ ദേവരാജൻ മാഷ് അതിൽനിന്ന് സംഗീതം കണ്ടെടുക്കുകയായിരുന്നു. അച്ഛൻ സംഗീതം പഠിപ്പിക്കണം എന്നാഗ്രഹിച്ചിട്ട് ഹാർമോണിയമൊക്കെ വാങ്ങിച്ചുതന്നു. അപ്പോൾ സാറിന്റെ ശ്വാസത്തിൽ തന്നെ സംഗീതത്തിന്റെ ഒരംശം ലയിച്ചിട്ടുണ്ട്. അപ്പോൾ നമ്മുടെ പാണന്റെ ഒരു സ്വാധീനം, ഭൈരവന്റെ തുടി എന്നുള്ള സാറിന്റെ തന്നെ രചനയുടെ പേരാണ് ഗ്രീക്ക് കാവ്യസംസ്കാരത്തിൽ ഓർഫ്യൂസ്...

ഒ എൻ വി : ഓർഫ്യൂസിന്റെ സംസ്കാരം.

എം എ ബേബി : പാടി അവതരിപ്പിക്കുന്ന രീതി.

പാബ്ലോ നെരൂദ തന്നെ തെരുവുകളിൽ പോയി നിന്ന് സാധാരണ ജനങ്ങളെ അഭിസംബോധന ചെയ്തിട്ട് കവിത ചൊല്ലിയിട്ടുണ്ട്. അപ്പോൾ ഈ സംഗീതാത്മകതയും കവിത്വവും കൂടി ഉള്ളൊരു വലിയ പാരസ്പര്യം സാറിന്റെ രചനകളിൽ ആകെ ഉണ്ട്. ഇപ്പോ പല സംഗീതജ്ഞൻമാർക്കും സാറിന്റെ രചനകളിൽ അനുയോജ്യമായ രാഗം കൊടുക്കാനും സംഗീതം കൊടുക്കാനും അനായാസം കഴിയുന്നത് ഏതാണ്ട്

ഒരു സംഗീതശിൽപ്പം പോലെ സാറിത് എഴുതിക്കൊടുക്കുന്നത് കൊണ്ടാണോ എന്ന് തോന്നും. അതുപോലെ തന്നെ സംഗീതം ഉള്ളിൽ ഉള്ളതുകൊണ്ട് ഒരു നല്ല സംഗീതശിൽപ്പം അവതരിപ്പിച്ചു കേട്ടാൽ അതിനനുയോജ്യമായ സാഹിത്യം നൽകാനും സാറിന് സ്വാഭാവികമായി കഴിയുന്നില്ലേ.

ഒ എൻ വി : നല്ല സംഗീതമാണെങ്കിൽ സാധിക്കും.

എം എ ബേബി : സാറു മുമ്പെ പറഞ്ഞു. പിന്നെ വയലാർ, സലീൽദാ കൊടുത്ത സംഗീതത്തിന് വളരെ ഉചിതമായി രചിച്ചു എന്ന്. എന്നെ പലപ്പോഴും വിസ്മയിപ്പിച്ചിട്ടുള്ളതാണ് സലീൽദായ്ക്കു വേണ്ടീട്ട് "സൗരയൂഥത്തിൽ വിടർന്നൊരു കല്യാണ സൗഗന്ധികമാണീ ഭൂമി."

ഒ എൻ വി : അതു എഴുതിക്കൊടുത്തിട്ട് ട്യൂൺ ചെയ്തതാണ്.

എം എ ബേബി : ബോംബെ രവിയുമായിട്ട് എങ്ങനെയാണ്?

ഒ എൻ വി : ബോംബെ രവിയുമായിട്ട് വളരെ നല്ല ബന്ധമായിരുന്നു. കാരണം ബോംബെ രവി ഒരിക്കലും ട്യൂൺ ഇട്ട് തരില്ല. പലരും പറഞ്ഞാൽ വിശ്വസിക്കില്ല. ബോംബെ രവി പറയും. "ഞാൻ ഹിന്ദിയിലെയും ഉറുദുവിലെയും കവികളുമായിട്ടാണ് പ്രവർത്തിച്ചിട്ടുള്ളത്. അതുകൊണ്ട് എഴുതൂ. എന്നിട്ടത് നിങ്ങളുടെ രീതിയിൽ ചൊല്ലി കേൾപ്പിക്കൂ.

എം എ ബേബി : "ആരെയും ഭാവഗായകനാക്കും."

ഒ എൻ വി : അതെ എല്ലാം അതെ.
'നീരാടുവാൻ നിളയിൽ നീരാടുവാൻ', 'ആരെയും ഭാവഗായകനാക്കും', 'മഞ്ഞൾ പ്രസാദവും' മഞ്ഞൾ പ്രസാദം എന്നു പറയുന്നത് ചെറുശ്ശേരിയുടെ ഗാഥയാണ്. പക്ഷേ അത് ചൊല്ലിക്കൊടുക്കും നമ്മള്. ചൊല്ലിക്കൊടുക്കുമ്പോൾ അദ്ദേഹം പറയും Can I have a stop here, a pause here എന്നൊക്കെ ചോദിക്കും. അത് സംഗീതത്തിന്റെ ആവശ്യമാണ്. അപ്പോൾ നമ്മൾ ആലോചിക്കും, കുഴപ്പമില്ലെങ്കിൽ ആവാം. അല്ലാതെ പദ്യപാരായണംപോലെ "ആരെയും ഭാവഗായകനാക്കും" ചൊല്ലി രാഗം കോരി ഒഴിക്കുകയല്ല. അദ്ദേഹം ചില കാര്യങ്ങൾ മനസ്സിലാക്കി ചോദിക്കുമ്പോ നമ്മളത് അനുസരിക്കും. പക്ഷേ അതിനുവേണ്ടി നമ്മൾ വാക്കുകൾ മാറ്റുകയോ അല്ലെങ്കിൽ വരികൾക്കകത്ത് കൂടുതൽ മാത്ര കൂട്ടിച്ചേർക്കുകയോ ഒന്നും ചെയ്തിട്ടില്ല. ഭംഗിയായിട്ട് എഴുതിക്കൊടുത്തിട്ടുണ്ട് എല്ലാം. ഒറ്റവരിപോലും, ട്യൂൺ ഇട്ട് തന്ന് ഞാൻ എഴുതിയിട്ടില്ല. ബോംബെ രവിയുമായിട്ട് 4, 5 പടത്തിന് എഴുതിയിട്ടുണ്ട്.

എം എ ബേബി : ഹിറ്റുകളാണ്. ഓരോന്നും.

ഒ എൻ വി : അതൊക്കെ മലയാളത്തിലെ ഓരോരോ താളത്തിലും ഈണത്തിലുമൊക്കെ എഴുതിക്കൊടുത്തതാണ്. പക്ഷേ സലീൽദായ്ക്ക് ബംഗാളിക്കും നമുക്കും തമ്മിലുള്ള ബുദ്ധിമുട്ട്, ഹിന്ദിക്കാരനില്ലാത്ത ഒരു ബുദ്ധിമുട്ടുണ്ട്. ഒരേ വാക്കുതന്നെ അവർ ഉച്ചരിക്കുന്നതും നമ്മൾ ഉച്ചരിക്കുന്നതും വ്യത്യസ്തമാണ്. ചിലത് നമുക്ക് ദീർഘമാണോ ഹ്രസ്വമാണോ എന്ന് പറയാൻ പറ്റില്ല. "സൗരാ...യൂഥത്തിൽ എന്നാണ് ആദ്യം തുടങ്ങിയത്. ഞാൻ പറഞ്ഞു സൗരായൂഥം എന്നത് ഒരായുധമായിട്ട് മാറും എന്ന് (ചിരി). അപ്പോ അദ്ദേഹം അവിടെ ചെറുതാക്കി.

എം എ ബേബി : സർവകലാവല്ലഭനാണ്

ഒ എൻ വി : അത് തന്നെയല്ല ഈ സംഗീതത്തെ സംബന്ധിച്ചിടത്തോളം സങ്കുചിതത്വം പാടില്ല മനസിൽ. അവരുടെ സംഗീതമാണ് മോശം എന്റേത് നല്ലത് എന്ന് വിചാരിക്കരുത്. ടാഗോറിന്റെ രബീന്ദ്ര സംഗീതത്തിൽ എന്തിന്റെ എല്ലാം ചേരുവയുണ്ട്, ഒരിക്കൽ സലീൽ ദാ എന്നോടു പറഞ്ഞു കേൾപ്പിച്ചു.

എം എ ബേബി : അടുത്ത കാലത്ത് ഇവിടെ ഒരു രബീന്ദ്ര സംഗീതജ്ഞൻ വന്നപ്പോൾ അദ്ദേഹത്തിൽ പാശ്ചാത്യസംഗീതത്തിന്റെ സ്വാധീനം വളരെ പ്രകടമായി.

ഒ എൻ വി : അത് പക്ഷേ ഏറിയും കുറഞ്ഞും ഇരിക്കും. സ്വാംശീകരണം എന്നു പറയുന്നത് വളരെ പ്രധാനമാണ്. സ്വാംശീകരണം. സ്വാംശീകരിക്കാതെ ഉന്തിനിൽക്കരുത്. അതാണ് അതിന്റെയൊരു പ്രത്യേകത.

എം എ ബേബി : ബ്രിട്ടീഷ് ബാന്റ്.

ഒ എൻ വി : സലീൽദായുടെ ട്യൂണിൽപ്പോലും ബാവുൾ സംഗീതത്തിന്റെ സ്വാധീനം ഉണ്ട്.

എം എ ബേബി : ബ്രിട്ടീഷ് ബാന്റ് പാശ്ചാത്യ സംഗീതം വായിക്കുന്നത് കേട്ടിട്ട് മുത്തുസ്വാമി ദീക്ഷിതരും ത്യാഗരാജനും പാശ്ചാത്യസംഗീതത്തിന്റെ സ്വാധീനത്തിൽ ചില കോമ്പോസിഷൻസ് ചെയ്തിട്ടുണ്ട്.

ഒ എൻ വി : ഉണ്ടായിട്ടുണ്ട്.

എം എ ബേബി : ദക്ഷിണാമൂർത്തിമാഷെ പിന്നെ ഓർക്കുമ്പോൾ വളരെ സന്തോഷം തോന്നുന്നതാണ്; സാറിന്റെ "വാതിൽപ്പഴുതിലൂടെൻ മുന്നിൽ കുങ്കുമം വാരിവിതറും ത്രിസന്ധ്യപോലെ" അതെല്ലാം രചിച്ചതിനു ശേഷം സംഗീതം ചെയ്തിട്ടുള്ളതാണ്.

ഒ എൻ വി : അതെ. "മാണിക്യ വീണയുമായെൻ" അതിനകത്തു തന്നെ വെസ്റ്റേൺ നോട്ട്സ് ഉണ്ട്. ദേവരാജൻ പറ

യും. മാ...ണിക്യ വീണയുമായി അതിന്റെ നോട്ട്സിൽ വെസ്റ്റേൺ ഉണ്ട്. അത് പക്ഷേ നമ്മൾ അറിയുന്നില്ല. നേരെമറിച്ച് മാണിക്യവീണ എന്നത് ഏതെങ്കിലും രാഗത്തിന് അനുസരിച്ച് ചുമ്മാ വെറുതെ ഇട്ട് എടുക്കുകയല്ല. അവിടെയാണ് ക്രിയേറ്റിവിറ്റി എന്നു പറയുന്നത്. വെറുതെ പറയുകയല്ല. അത് ഒന്നുമില്ലായ്മയിൽ ഒന്ന് ഉണ്ടാക്കിയെടുക്കുകയാണ്. പക്ഷേ ഒന്നും നമ്മൾ പുതുതായിട്ട് ഉണ്ടാക്കുന്നില്ല. മനുഷ്യശരീരംപോലും പഞ്ചഭൂതാത്മകം എന്നല്ലേ പറയുക. വെള്ളം വേറെ, മണ്ണ് വേറെ, വായു വേറെ, അതെല്ലാം കൂടിച്ചേർന്ന് എടുക്കുന്നതിലാണ് ക്രിയേറ്റിവിറ്റി എന്നു പറയുന്നത്.

എം എ ബേബി : എം ബി ശ്രീനിവാസനുമായിട്ട് വർക്ക് ചെയ്തിട്ടുള്ള അനുഭവം സാറിന്........

ഒ എൻ വി : എം ബി ശ്രീനിവാസനുമായിട്ട് വർക്ക് ചെയ്യുമ്പോഴുള്ള പ്രത്യേകത ഞാൻ ചെയ്തതിൽ പലരും ദേവരാജനായാലും സലീൽദായായാലും കവിതയുമായി ബന്ധമുള്ളവരാണ്. എം ബി എസ് സാഹിത്യമായിട്ടും കവിതയുമായും വളരെ ബന്ധമുള്ളയാളാണ്. തമിഴിലെ ക്ലാസിക്കുകൾ ഒക്കെ വളരെ ഭംഗിയായിട്ട് പഠിച്ചിട്ടുണ്ട്. ഭാരതിയാറുടെ പാട്ടുകളും കംബരെയും ഒക്കെ ചൊല്ലിക്കേൾപ്പിക്കും. ഇദ്ദേഹത്തിന് മലയാളം കുറേക്കാലത്തെ അടുപ്പംകൊണ്ട് അറിയാം. ഒരു തമിഴ്ചുവയിൽ പറയുകയും ചെയ്യും. പക്ഷേ മലയാളം എഴുതാൻ അറിഞ്ഞുകൂടാ. മലയാളം അദ്ദേഹം തമിഴ് ലിപിയിൽ എഴുതും. തമിഴ് ലിപി പോരാതെ വരുന്ന വാക്കുകൾക്കൊക്കെ അദ്ദേഹം മലയാളത്തിൽ പഠിച്ച് അതിനകത്തു തന്നെ എഴുതിച്ചേർക്കും. 'ഒരുവട്ടം കൂടി' എന്നൊക്കെ തമിഴിൽ തന്നെ എഴുതും. 'എൻ ഓർമകൾമേയും' ഒന്നുമില്ല. തമിഴിൽ എഴുതാതിരിക്കാൻ ഇല്ലാത്ത ഒന്നുമില്ല. 'ആ നടുമുറ്റത്തെത്തുവാൻ മോഹം' എല്ലാം തമിഴിൽ എഴുതാം. അല്ലാതെ വല്ലതും വന്നാൽ ഇപ്പോൾ 'നഷ്ടവസന്തത്തിൻ തപ്തനിശ്വാസമേ' ഇവിടെ സ്വൽപ്പം പ്രശ്നം ഉണ്ട്. അവിടെ അതിനദ്ദേഹം തമിഴ് ലിപി അതിനനുസരിച്ച് ആക്കും. ആക്കീട്ട് അദ്ദേഹം തന്നത്താനെ വായിക്കും. വായിക്കുമ്പോൾ ഈ മനുഷ്യന്റെ ഒരു ആത്മഹർഷം കണ്ടോണ്ടിരിക്കുമ്പോ അത് ഒരു സുഖമാണ്. മറീന കടപ്പുറത്ത് വെച്ചാണ് 'ഒരുവട്ടം കൂടി' ഞാൻ ആദ്യമായി പറഞ്ഞുകൊടുത്ത് മൂപ്പര് എഴുതുന്നത്. അവിടെ ഇന്നത്തെ തിരക്കൊന്നുമില്ല.

ഈയടുത്തകാലത്ത് ഞാൻ മറീന ബീച്ചിൽ പോയി. ആ കോർണർ കാണാനുള്ള സന്തോഷത്തിൽ. അവിടെ ഒരു രക്ഷയുമില്ല. ഭയങ്കര തള്ളും ഉന്തും. അന്ന് വളരെ ശാന്തമായ ഒരു കോർണർ ഞങ്ങൾക്കുണ്ടായിരുന്നു. അവിടെ ചെന്നിരുന്ന് എഴുതി കഴിഞ്ഞാൽ എം ബി എസ് വായിക്കുന്നു. ഹായ്, 'വെറുതെ മോഹിക്കുവാൻ മോഹം' എന്ന് പറയുമ്പോ അങ്ങ് എഴുന്നേറ്റു നിന്നുപോകും! ആ ഒരു ഉത്തേജനം സംഗീതസംവിധായകനിൽ ഉണ്ടാക്കാൻ സാധിക്കുമ്പോൾ തന്നെ നമുക്ക് ഒരു സുഖം തോന്നും. ദേവരാജൻ ഇതൊന്നും പുറമെ കാണിക്കില്ല.

എം എ ബേബി : എല്ലാം ഒതുക്കിവയ്ക്കും.

ഒ എൻ വി : എല്ലാം ഒതുക്കിവയ്ക്കും.

എം എ ബേബി : എല്ലാം സംഭവിക്കുന്നുണ്ട് മനസിൽ സംഭവിക്കുന്നുണ്ട്.

ഒ എൻ വി : എല്ലാം മനസിനകത്താണ്. പിന്നെ പറയും അത് നന്നായിട്ടുണ്ട് കേട്ടോ.

എം എ ബേബി : വളരെ പിശുക്കനാണ്, അഭിനന്ദനത്തിന്.

ഒ എൻ വി : അത് പലരും തെറ്റിദ്ധരിച്ചിട്ടുണ്ട്. നന്നായിട്ടുണ്ട് കേട്ടോ എന്ന് പറയും ഇത്രയേ പറയൂ. അതുപോലെ തന്നെ വളരെ കാര്യമായിട്ട് പറയും 'ഒ എൻ വീ അർഥമൊക്കെ ശരിയാണെങ്കിലും ആ വാക്ക് അവിടെ വരുമ്പോൾ കുറച്ച് വിഷമമുണ്ട്. വേറെ വല്ലതും

വയ്ക്കാൻ പറ്റോ' എന്നൊക്കെ ചോദിക്കും. അത് ഞാൻ നേരത്തെ പറഞ്ഞില്ലേ 'മണ്ണാങ്കട്ട'. ഈ കവിതയാകുമ്പോൾ നല്ല ആശയംകൊണ്ട് എഴുതുന്നതാണ്. ഞാൻ അങ്ങനെ എഴുതാറില്ല. എങ്കിലും ഒര ബദ്ധം ഞാൻ പറയാം "എന്നെ പ്രേമിച്ചതോർത്തു കൊണ്ടോ നീയെന്താ ചിരിച്ചത്" എന്ന് ചോദിക്കും. പ്രേമിച്ചതോർത്തുകൊണ്ടോ ട്യൂൺ ചെയ്യുമ്പോൾ പ്രേമിച്ച തോർത്തുകൊണ്ടോ എന്നായിപ്പോയി. സുജാത ആദ്യം പാടിയ പാട്ടാണ്.

സരോജിനിച്ചേച്ചി: ചെറിയ കുട്ടിയായിരുന്നു. തോർത്തുകൊണ്ടോ എന്നേ പാടുള്ളൂ.

ഒ എൻ വി : "കണ്ണെഴുതിപൊട്ടുതൊട്ട് കണ്ണാന്തളിപ്പൂവ് ചൂടി" എന്നാരംഭിക്കുന്ന പാട്ടാണ്. നമ്മുടെ സുജാത ഒരു പാവാടക്കുട്ടിയായിട്ട് വന്നപ്പോൾ...

സരോജിനിച്ചേച്ചി: പാവാടയല്ല ഫ്രോക്ക്.

ഒ എൻ വി : അതെ ഫ്രോക്ക്. ഫ്രോക്ക് ഇട്ടു വന്ന് പാടുകയാണ്. അർജുനനാണ് പറഞ്ഞുകൊടുക്കുന്നത്. പ്രേമിച്ച തോർത്തുകൊണ്ട് എങ്ങനെ പറഞ്ഞുകൊടുത്താലും.

സരോജിനിച്ചേച്ചി: പേടിച്ചാണ്. എത്ര പറഞ്ഞുകൊടുത്താലും.

ഒ എൻ വി : പ്രേമിച്ചതോർത്തുകൊണ്ട് ഇങ്ങനെ ലയിപ്പിച്ചു പാടാൻ അറിഞ്ഞുകൂടാ. പ്രേമിച്ച... തോർത്തു കൊണ്ട് അങ്ങനെയൊക്കെ വരുമ്പോൾ ദേവരാജൻ ശരിപ്പെടുത്തും. നമുക്ക് അത് വേറൊരു തരത്തിലാക്കാം എന്നു പറയും.

എം എ ബേബി : സാറിനെക്കാളും പത്തു വയസ്സ് ഇളപ്പമാണ് ഞങ്ങളെല്ലാം ദാസേട്ടൻ എന്നു വിളിക്കുന്ന കെ ജെ യേശുദാസ്.

ഒ എൻ വി : അതെയതെ ഒൻപതു വയസ്സ്.

എം എ ബേബി : ഒൻപത് വയസ്സ്, സാറിന്റെ മാണിക്യവീണ പാടിക്കൊണ്ടാണ് ദാസേട്ടൻ ദേശീയമായി അംഗീകാരം നേടിയെടുക്കുന്നത്. ഒരു ഗായകനെന്നുള്ള നിലയിൽ പ്രശസ്തിയുടെ എല്ലാ തലങ്ങളിലും അദ്ദേഹം എത്തിച്ചേർന്നിട്ടുണ്ട്. അദ്ദേഹത്തിന്റെ വളർച്ചയിൽ നിങ്ങളുടെ തലമുറയിലെ ഗാനരചയിതാക്കളും സംഗീതസംവിധായകരും നൽകിയ സംഭാവനകളുണ്ട്. നിങ്ങളുടെ രചനകൾ ആസ്വാദകരിൽ എത്തിക്കുന്നതിൽ ദാസേട്ടന്റെ സ്വരമാധുര്യം നൽകിയ സംഭാവനയും.

ഒ എൻ വി : തീർച്ചയായും.

എം എ ബേബി : ഇത് നമ്മുടെ മലയാളികളുടെ വലിയൊരഭിമാനമല്ലെ. നിങ്ങളുടെ ഒരു കൂട്ടായ്മ എന്നു പറയുന്നത്. സാറ് എങ്ങനെയാണ് അതിനെ......

ഒ എൻ വി : അത് കാലത്തിന്റെ ചില പടവുകളിൽ വച്ച് അങ്ങനെ ചിലത് സംഭവിക്കും. പൂക്കൾ ഇങ്ങനെ ദൂരെനിന്ന് ഒഴുകി വന്ന് ചേർന്നിങ്ങനെ പിരിയാൻ വയ്യാതെ കെട്ടിപ്പിടിച്ച് നിൽക്കുന്നത് കണ്ടിട്ടുണ്ടോ നമ്മുടെ കുളത്തിലൊക്കെ. അതെങ്ങനെ സംഭവിക്കും. അതുകൊണ്ട് നമ്മൾ രണ്ട് പൂക്കൾ ഒഴുക്കിവിട്ടാ ശരിയായി എന്ന് വരില്ല. ഞാൻ കണ്ടിട്ടുണ്ട്. എന്റെ വീട്ടിൽ പണ്ടൊരു ചെറിയ കുളമുണ്ടായിരുന്നു. ആ കുളത്തിലെ രണ്ടു ഭാഗത്ത് നിൽക്കുന്ന പൂക്കളിങ്ങനെ വന്നിട്ട് കോർത്തുനിൽക്കും. അതുപോലെ കാലത്തിന്റെ ചില ഒത്തുചേരലുകളുണ്ട്. ദേവരാജൻ എന്റെ തലമുറയിൽപ്പെട്ടില്ലെങ്കിൽ ദേവരാജന്റെ സംഗീതവും ഞാനും കൂടി യോജിക്കില്ല. ഞാൻ ദേവരാജന്റെ തലമുറയിൽ ചവറയിലും ദേവരാജൻ പരവൂരും ജനിച്ചില്ലെങ്കിൽ ഉണ്ടാവില്ല. കാരണം രാഘവൻമാഷ് അങ്ങ് കോഴിക്കോട്ടാ. അവിടെ ഭാസ്കരൻമാഷുമായ് നിന്ന്. 'കായലരികത്ത് വലയെറിഞ്ഞ...'

എം എ ബേബി : കോഴിക്കോട് ആകാശവാണിയിൽ

ഒ എൻ വി : കോഴിക്കോട് മാപ്പിളപ്പാട്ട് രീതിയിൽ ചൊല്ലി. ഇത് ഒരു ഒത്തുചേരലാണ്. അതിനകത്ത് ദേശം, കാലം ഇതൊക്കെ പങ്ക് വഹിക്കുന്നുണ്ട്. അങ്ങനെ ഒത്തുചേരൽ ഉണ്ടായതാണ്.

സരോജിനിച്ചേച്ചി: പിന്നെ പാടാൻ യേശുദാസും

ഒ എൻ വി : അതെ ദാസ് പാടിത്തുടങ്ങിയത് ആ കാലഘട്ടത്തിലാണ്. തീർച്ചയായിട്ടും അതും ഒരു ആഹ്ലാദകരമായ ആകസ്മികതയാണ് എന്നുപറയാം.

4

അന്യദുഃഖങ്ങൾ അപാരസമുദ്രങ്ങൾ

എം എ ബേബി : സാറിന്റെ രാഷ്ട്രീയജീവിതത്തിന്റെ ഒരു ആത്മഭാവം എന്നു തന്നെ പറയാവുന്നതാണ് ഈ കവിതകളും ഗാനങ്ങളും. കെ പി എ സി നമ്മുടെ നാടകാവതരണത്തെ ആകെ പുതുക്കി വാർത്തു. നാടകകാവ്യശാഖയെത്തന്നെ പുതുക്കിയെഴുതുകയുണ്ടായി. അതിന്റെ ഭാഗമായി സമാന്തരമായി ഒരു രാഷ്ട്രീയ ജീവിതവും സാറിനുണ്ടായിരുന്നു. പ്രകടമായിട്ടുള്ളതല്ല.

ഒ എൻ വി : തീർച്ചയായിട്ടും.

എം എ ബേബി : ഒരു ഘട്ടത്തിൽ നാം നേരത്തേ പരാമർശിച്ചതുപോലെ ഇടതുപക്ഷ പ്രസ്ഥാനങ്ങളുടെ സ്ഥാനാർഥിയായി അങ്ങ് രംഗത്തുവന്നു. സ്ഥാനാർഥിയായി തെരഞ്ഞെടുപ്പിൽ പങ്കുവഹിക്കാതിരുന്നപ്പോഴും പുരോഗമന പ്രസ്ഥാനത്തിന്റെ വിജയത്തിനുവേണ്ടി 57 മുതൽ മുണ്ടശ്ശേരി മാഷ് എല്ലാം മത്സരിക്കുന്ന കാലഘട്ടം മുതൽ തന്നെ പ്രവർത്തനരംഗത്ത് ഉണ്ടായിരുന്നു. ഇടതുപക്ഷ രാഷ്ട്രീയത്തിന്റെ ഭാവിയെക്കുറിച്ച് സാറിന്റെ തന്നെ അനുഭവങ്ങളെ മുൻനിർത്തി സാറിന് എന്താണ് ചിന്തിക്കാനുള്ളത്.

ഒ എൻ വി : ഇവിടെ ഭാവിയെപ്പറ്റി നമുക്ക് പ്രവചിക്കാൻ സാധിക്കില്ല. കാരണം പ്രവചനാതീതമാണ് പലതും. ചരിത്രത്തിലെ പല ഗതിവിഗതികളും അപ്പോൾ ഒരു കാര്യം വ്യക്തമാണ്. കാൾ മാർക്സിന്റെ ചിന്തകൾ ഇന്ത്യൻ രാഷ്ട്രീയത്തിൽനിന്ന് ആത്യന്തികമായി ബഹിഷ്കരിക്കാം എന്ന് കരുതുന്നത് നടക്കാൻ പോകുന്നില്ല. ഗാന്ധിസത്തിന്റേതായ പല നന്മകളും നമ്മൾ മറക്കരുതെന്ന് പറയുന്നതിനോട് ഞാൻ പൂർണമായി യോജിക്കുന്നു. ലളിതജീവിതം, അതുപോലെ തന്നെ ഒരു ഗ്രാമത്തിന്റെ മുഴുവൻ വികസനത്തിന് വേണ്ടി ഓരോ ഗ്രാമീണനും നിൽക്കണം എന്ന ചിന്താഗതിയൊക്കെ വളരെ നല്ലതാണ്. വൈഗാനദിയിൽ ഒരുദിവസം രാവിലെ ഒരു സ്ത്രീ ഒരു സിംഗിൾ പീസ് മാത്രം ധരിച്ച് അരയ്ക്ക് താഴെ ഉള്ളത്, മുകളിലുള്ളത് നനച്ചിട്ട് ആ ഭാഗം ഉടുത്ത് മറ്റെഭാഗം നനയ്ക്കുന്നത് കണ്ടപ്പോൾ തന്റെ ആ പഴയ ഗുജറാത്ത് തലേക്കെട്ട് അങ്ങോട്ട് ഒഴുക്കിവിട്ട് കൊടുക്കുകയും അന്ന് തൊട്ട് ഈ ടർബൻ ധരിക്കില്ല എന്ന് തീരുമാനിക്കുകയും ചെയ്ത ഗാന്ധിയോട് അങ്ങേയറ്റത്തെ സ്നേഹം ഉണ്ട്. ഗാന്ധിസത്തിന്റെ സാമ്പത്തിക ശാസ്ത്രതത്വങ്ങൾ മാത്രംവച്ചുകൊണ്ട് ബഹിഷ്കരിക്കുക എന്നു പറയുന്നതിൽ അർഥമില്ല അതുപോലെ ബുദ്ധനും. നമുക്ക് നമ്മുടെതായ പൈതൃകത്തിന്റേതായ അംശങ്ങളാണ് ഇവരെല്ലാം. അവരെല്ലാം നമ്മുടെ ആത്യന്തികമായ ലക്ഷ്യത്തോട് അത്രകണ്ട് യോജിച്ചിരിക്കുന്നു എന്ന് മനസിലാക്കാനും സ്വാംശീകരിക്കാനും നമുക്ക് സാധിക്കണം. ഒപ്പം ആധുനിക ലോകത്തിന് ഏറ്റവും മനോഹരമായ ഒരു നൂതനലോകത്തിന്റെ, നേരത്തെ പറഞ്ഞ Blue print തന്ന കാൾ മാർക്സ്. വ്യക്തി ജീവിതം കൊണ്ടും അദ്ദേഹത്തിന്റെ ത്യാഗങ്ങളോർത്തും

അദ്ദേഹത്തെ ബഹുമാനിക്കാതിരിക്കാൻ സാധിക്കില്ല. ഇന്ത്യൻ സാഹചര്യത്തിൽ ഇവരുടെ എല്ലാവരുടേയും നന്മകൾ നമ്മൾ മനസിൽ സമാഹരിച്ചുകൊണ്ട് മാർക്സ് വിഭാവനം ചെയ്ത മാതിരി ഒരു ധീര നൂതനലോകം A brave new world എന്ന് പറയുന്ന അത് ഒരുദിവസം വരുമെന്നും അത് നമ്മൾ വരുത്തുമെന്നും അല്ലെങ്കിൽ അത് ഇവിടെ ഉണ്ടാകുമെന്നും അന്ന് നമ്മൾ ഇന്നത്തെക്കാൾ കുറെക്കൂടി പൂർണ മനുഷ്യനാവാൻ ഒരിക്കലും സാധിക്കില്ലെങ്കിലും നമ്മൾ കുറെക്കൂടി മനുഷ്യത്വത്തിലേക്ക് അടുക്കുമെന്നും ഞാൻ വിശ്വസിക്കുന്നു. ഒരു മനുഷ്യൻ ജനിച്ചതുകൊണ്ട് മാത്രം മനുഷ്യനാവുന്നില്ല. ജനിക്കുമ്പോഴാണ് എല്ലാ നന്മകളും പിന്നെ കറപ്റ്റഡ് ആവുന്നതാണ് എന്നുള്ള നമ്മുടെ റൂസോയുടെ ചിന്താഗതിയോട് പൂർണമായും യോജിപ്പില്ല. പരിസ്ഥിതി കുറച്ചൊക്കെ കറപ്റ്റ് ചെയ്യാറുണ്ട്. പക്ഷേ ജനിക്കുമ്പോഴുള്ള child is the father of the man എന്ന് പറഞ്ഞ Wordsworthന്റെ ഒരഭിപ്രായമുണ്ടല്ലോ. ജന്മനായുള്ള നന്മയുണ്ടല്ലോ മനുഷ്യന്. ആ നന്മ വളരുമ്പോഴും അന്യദുഃഖം സ്വന്തദുഃഖമായി കരുതുകയും അന്യദുഃഖം എന്റേതിനേക്കാൾ വലുതാണെന്ന് കരുതുകയും അന്യനുവേണ്ടി എനിക്ക് കരുതലുണ്ടാവണം കരുണയുണ്ടാവണം എന്നൊക്കെ കരുതുന്ന ദീപ്തമായ ഒരു ആശയം അത് ഇന്ത്യൻ മണ്ണിൽനിന്ന് പറിച്ചു നടാൻ സാധിക്കില്ലെന്ന് ഞാൻ വിശ്വസിക്കുന്നു.

എം എ ബേബി : സാറിന്റെ *ദിനാന്ത*ത്തിൽ 'അന്യദുഃഖങ്ങൾ അപാര സമുദ്രങ്ങൾ നിന്റെ ദുഃഖങ്ങൾ വെറും കടൽശംഖുകൾ' എന്ന ഒരു നിരീക്ഷണം വരുന്നുണ്ട്.

ഒ എൻ വി : അത് തന്നെയാണ് മാർക്സിസത്തിന്റെ എസൻസ്. അത് അതിനകത്ത് ഉണ്ട്. അന്യദുഃഖങ്ങൾ അപാര സമുദ്രമായി കരുതി; അല്ലങ്കിൽപ്പിന്നെ സ്വന്തം സുഖത്തിനു വേണ്ടി കാൾ മാർക്സ് എഴുന്നേറ്റുപോയി പൈൽസിനു ചികിത്സിച്ച് സുഖമായി ഇരുന്നാ പോരേ.

എം എ ബേബി : കുട്ടികളെ നല്ലസ്കൂളിൽ അയക്കാൻ കഴിഞ്ഞില്ല.

ഒ എൻ വി : ഒരു കുട്ടി മരിച്ചുപോയി. സംസ്കാരത്തിനുവേണ്ടി സ്വന്തം കോട്ട് വിറ്റിട്ടാണ്. എല്ലാം വിറ്റിട്ടാണ്. അന്യദുഃഖങ്ങളുടെ പരിഹാരത്തിനു വേണ്ടി നിലകൊണ്ടു എന്ന് പറയുന്ന ആ മനുഷ്യനെ സ്വന്തം ദുഃഖം വെറും കടൽശംഖുകൾ മാത്രമാണെന്ന് അതിനകത്തങ്ങ് നിമജ്ജനം ചെയ്ത ആ മനുഷ്യനെ

എങ്ങനെ മാനിക്കാതിരിക്കും? ഇന്ത്യൻ ദർശനത്തിന്റെ തന്നെ ഏത് തത്ത്വപ്രകാരം നിരാകരിക്കും? സാധിക്കില്ല. ഈ അന്യദുഃഖങ്ങൾ അപാര സമുദ്രങ്ങൾ എന്ന് കരുതിയിട്ടല്ലേ പല സുഖഭോഗങ്ങളും ഉപേക്ഷിച്ചിട്ട് ബുദ്ധൻ ഇറങ്ങിപ്പോയത്. മഹാത്മാ ഗാന്ധിക്ക് വലിയ പൊസിഷൻസ് ബ്രിട്ടീഷുകാർ ഓഫർ ചെയ്തില്ലേ.

എം എ ബേബി : സ്വാതന്ത്ര്യത്തിനുശേഷം എന്തുമാകാമായിരുന്നില്ലേ?

ഒ എൻ വി : സ്വാതന്ത്ര്യം കിട്ടിയതിനുശേഷം ദോഷം പറയരുത്. നമ്മൾ ബഹുമാനിക്കുന്ന പലരും സ്വാതന്ത്ര്യം ഇങ്ങോട്ട് വന്നിട്ട് വേണം എന്നു കരുതി കുപ്പായം തയ്പ്പിച്ചിരുന്നവരാണ്. ഗാന്ധി അപ്പോൾ നവഖാലിയിലെ തെരുവീഥിയിലായിരുന്നു. ഇതൊക്കെ കൊണ്ടു നമ്മൾ യഥാർഥത്തിൽ ഒരു വലിയ ഒരു യൂണിവേഴ്സൽ മാൻ എന്ന് പറയുന്ന ആ സങ്കൽപ്പത്തിനനുസരിച്ച് ഇന്ത്യക്ക് ഒരു ദർശനമുണ്ട്. ആ ദർശനത്തെ ഏറ്റവും കൂടുതൽ മാറ്റ് വർധിപ്പിക്കുന്നതാണ് മാർക്സിസം എന്ന നിലയ്ക്കാണ് ഞാൻ മാർക്സിസത്തിനെ സ്വീകരിക്കുന്നത്.

എം എ ബേബി : വളരെ...

ഒ എൻ വി : പിന്നെ പലരും ധരിച്ചിട്ടുള്ളതുപോലെ ഉപനിഷത്ത് എന്നു പറയുന്നതും വേദം എന്നൊക്കെ പറയുന്നതും ഹൈന്ദവമല്ല. അത് ഇന്ത്യയുടെ ഏറ്റവും പ്രാചീനമായ 'ഇന്റലക്ചൽ' പ്രോപ്പർട്ടി ആണ്. നമ്മുടെ

പൂർവികരുടെ - ഇന്ത്യയിലെ തന്നെ- നമ്മുടെ പൂർവികരുടെ മതാതീതമായിട്ട് ഇവിടെ ഈ ഹിന്ദുമതം എന്ന ഒരു മതവും അതിന്റെ ആചാരവും അനുഷ്ഠാനങ്ങളുമൊക്കെ ഉണ്ടാവുന്നതിന് മുമ്പ് പ്രപഞ്ചമേ നിനക്കും എനിക്കും തമ്മിൽ എന്ത് എന്നു ചിന്തിച്ച നമ്മുടെ പൂർവികരുടെ ധൈഷണികമായ സ്വത്താണ് (ഭാവനാപരമായ എന്നു കൂടി കൂട്ടിച്ചേർക്കാം).

എം എ ബേബി : ആ കാലഘട്ടത്തിന്റെ ഉൽപ്പന്നമാണ്. അതിന്റെ പരിമിതികൾ ഉണ്ടാവും, അതിന്റെ നേട്ടങ്ങളും ഉണ്ടാവും.

ഒ എൻ വി : അത് മറ്റൊരു കാര്യം. അതിന്റെ പരിമിതി എന്നു പറയുന്നത് പിന്നീട് ഇങ്ങോട്ടു വന്ന കാലഘട്ടത്തിലെ രാഷ്ട്രീയ സാമൂഹ്യ വേദികളൊക്കെ അന്നത്തെ മനുഷ്യന് അജ്ഞാതമാണ്. അതിനകത്ത് നിന്നുകൊണ്ടല്ലേ അയാൾക്ക് പറയാൻ പറ്റൂ. "തമസോമാ ജ്യോതിർഗമയ" എന്നുപറയുന്നത് എത്ര മനോഹരമായ ഒരു നോൺ ഡിനോമിനലായിട്ടുള്ള പ്രാർഥനയാണ്. അതേതു മതത്തിന്റെ പ്രാർഥനയാണ്!

എം എ ബേബി : കലാമണ്ഡലത്തിന്റെ അധ്യക്ഷനായി ഇരുന്നുകൊണ്ട് ഒരുപക്ഷേ കലാമണ്ഡലം സ്ഥാപിക്കുകവഴി എത്ര മഹത്തരമായ ഒരു സംഭാവനയാണോ വള്ളത്തോൾ മലയാള സംസ്കൃതിക്ക് നൽകിയത് അതിനോട് താരതമ്യപ്പെടുത്താവുന്ന ഏറ്റവും വലിയ സംഭാവനയാണ് സാറ് അതിന്റെ ചെയർമാനായിരിക്കുന്ന കാലഘട്ടത്തിൽ വിശേഷിച്ച് അതിനെ കൽപ്പിത സർവകലാശാലയാക്കി മാറ്റാൻ മുൻപിൽ നിന്ന് നടത്തിയിട്ടുള്ള പരിശ്രമങ്ങൾ. ഇന്ന് കലാമണ്ഡലത്തിന്റെ വളർച്ചയുമായി ബന്ധപ്പെട്ട് ആ ദിനങ്ങളിലേക്ക് തിരിഞ്ഞുനോക്കുമ്പോൾ എന്താണ് സാറിന് പറയാനുള്ളത്?

ഒ എൻ വി : കലാമണ്ഡലത്തിൽ എനിക്ക് എന്റെ കാലഘട്ടത്തിന് രണ്ടു ചാപ്റ്റർ ഉണ്ട്. രണ്ട് അധ്യായം. ആദ്യം ഇതിനെല്ലാം വേണ്ടി പരിശ്രമിച്ച് അതിന്റെ പൂർത്തീകരണം കാണുന്നതിന് മുമ്പ് അവിടുന്ന് ഇറങ്ങിപ്പോകേണ്ടിവന്ന കാലം. അന്ന് എനിക്ക് വളരെ ദുഃഖം തോന്നി. അന്ന് എന്നെ പലരും അധിക്ഷേപിക്കുകപോലും ചെയ്തു. അപ്പോൾ എനിക്ക് തോന്നിയത് 5 കൊല്ലം വീട്ടിലിരുന്ന് കവിതയൊക്കെ എഴുതേണ്ട സമയം അവിടെ പോയി വേസ്റ്റ് ചെയ്തു എന്നാണ്. അന്ന് സിനിമകൾ പോലും പലതും വേണ്ട എന്ന് വച്ചിട്ടുണ്ട്. ഏറ്റെടുക്കുന്ന ചുമതലകൾ

ഭംഗിയായി നിർവഹിക്കണമെന്ന നിർബന്ധമുണ്ട്. പക്ഷേ അതുകഴിഞ്ഞപ്പോൾ നമ്മുടെ ആ പ്രയത്ന ങ്ങൾ എല്ലാം ഈ പറഞ്ഞതുപോലെ ഈ കൽപ്പിത സർവകലാശാലയാക്കാനുള്ള അപേക്ഷ നിരാകരി ക്കപ്പെടാനുള്ള എല്ലാ സാധ്യതകളും ഉണ്ടായിരു ന്നിട്ടും അങ്ങനെ നിരാകരിക്കപ്പെടാതെ അത് ഫ്രീസ് ചെയ്ത് അവിടെ ഡ്രോയിൽ സൂക്ഷിക്കാൻ സാക്ഷാൽ സജ്ജാദ് സഹീറിന്റെ മകൾ അവിടെ ഉണ്ടായി എന്നത് ഒരു ആകസ്മികതയാണ്.

സരോജിനിച്ചേച്ചി: യു ജി സിയിൽ അല്ലേ?

ഒ എൻ വി : ങാ അവിടെ ഉണ്ടായി. അവിടെ ഇതിന്റെ അപേക്ഷ യുമായി ചെന്ന് വള്ളത്തോളിനെപ്പറ്റി ഞാൻ പറ യുമ്പോൾ "എന്റെ അച്ഛന്റെ വലിയ സുഹൃത്തായി രുന്നു," എന്നു അവർ പറഞ്ഞു. ഞാൻ ചോദിച്ചു: "അച്ഛന്റെ പേര്?" അവർ സജ്ജാദ് സഹീറിന്റെ മകളാണ് എന്നു പറഞ്ഞപ്പോൾ ഞാൻ എഴുന്നേറ്റ് നിന്ന് തൊഴുതു.

എം എ ബേബി : ചരിത്രത്തിലെ മറ്റൊരു ആകസ്മികതയാണ്.

ഒ എൻ വി : അവര് പറഞ്ഞു എനിക്ക് ഒന്നേ ചെയ്യാൻ പറ്റൂ. ഇത് നിരാകരിക്കാതെ ഞാൻ ഇവിടെ സൂക്ഷിച്ച് വയ്ക്കാം. അവസാനം അനുകൂല സാഹചര്യം വന്നപ്പോൾ ഇത് പൊന്തിവരികയും ചില സ്വർണമത്സ്യങ്ങളൊക്കെ അങ്ങ് അടിയിലേക്ക് പോയിട്ട് പിന്നെ ഇങ്ങനെ പതുക്കെ പതുക്കെ പൊന്തിവരുന്നത് പോലെ വരി കയും- അത് കൽപ്പിത സർവകലാശാലയായിട്ട് പ്രഖ്യാപിക്കുകയും ചെയ്തു. ആ മഹതി വേറെ ഏതോ യൂണിവേഴ്സിറ്റിയിലെ വൈസ് ചാൻസല റായിട്ട് പോവുകയും ചെയ്തു. അവരെ കോൺടാക്ട് ചെയ്യുന്നതിന് അവരുടെ പേഴ്സണൽ നമ്പർ തന്നി രുന്നു. എന്റെ നമ്പർ അവർക്കും കൊടുത്തു. അങ്ങനെ കോൺടാക്ട് ചെയ്യാനും ഇതൊന്നും പര മാവധി വെളിപ്പെടുത്താനും സാധിക്കുകയില്ല. അങ്ങനെ കൽപ്പിത സർവകലാശാലയായി കഴിഞ്ഞ പ്പോൾ നിങ്ങളുടെ ഒക്കെ കാലം വന്നു. എനിക്കും വേസ്റ്റായില്ല എന്ന് തോന്നി. ഉദാഹരണം പറയുക യാണെങ്കിൽ ഈ ഹെലനെ കാണാത്ത പലരും ഹെലനെ ശപിച്ചുകൊണ്ടാണ്, ദാ ഇവിടെ കിടന്ന് യുദ്ധം ചെയ്തിട്ട് വെറുതെയായിപ്പോയി നമ്മുടെ ഈ കുറേ വർഷങ്ങൾ എന്നൊക്കെ പറഞ്ഞ് ശപിച്ചു കൊണ്ടു ഹെലനെ വീണ്ടെടുക്കാൻ പോയി. രണ്ട് പട്ടാളക്കാർ ഹെലനെ ശപിച്ച് കൊണ്ട് കേറിച്ചെന്ന്

അവസാനം ജാലകത്തിൽക്കൂടി ഹെലനെ ഇങ്ങനെ കണ്ട് കഴിഞ്ഞപ്പോൾ പറഞ്ഞു. വെറുതെയായില്ല. അപ്പോൾ മറ്റേ ആള് പറഞ്ഞു ഒരു യുദ്ധം കൂടി ആയാലും വെറുതെയാവില്ല. അതുപോലെ അവിടുന്ന് പടിയിറങ്ങുമ്പോൾ ഇത്രയൊക്കെ ചെയ്തിട്ടും ഒന്നും ആയില്ല, ശാപവും കിട്ടി, ശകാരവും കിട്ടി, അപമാനവും കിട്ടി എന്ന് ദുഃഖിച്ചാണ് ഞാൻ അവിടുന്ന് വണ്ടികേറി വന്നത്. ഇപ്പോൾ തോന്നി വെറുതെയായില്ല. ശരീരംകൊണ്ട് വയ്യ ഇല്ലെങ്കിൽ ഒരിക്കൽക്കൂടെ അവിടെ വന്നിരുന്ന് ഒന്നുകൂടി ഒരു ഗ്രാന്റ് ഫിനാലെ എന്നൊക്കെ പറയുമ്പോലെ ചിലത് നൽകണമെന്നാഗ്രഹമുണ്ട്. എന്റെ മനസിന്റെ ഒരംശം ഇപ്പോഴും കലാമണ്ഡലത്തിലുണ്ട്. പക്ഷേ ഇതിനൊക്കെ പ്രേരകമായത് പറയാതെ വയ്യ. ഞാനിതൊരു ചാനലിൽ കൂടി ആദ്യം പറയുകയാണ്. എത്രയോ വർഷങ്ങൾക്ക് മുമ്പ് ഞാൻ ഗുരുതുല്യം സ്നേഹിക്കുന്ന മുണ്ടശ്ശേരി മാഷ് അദ്ദേഹത്തിന് വള്ളത്തോളുമായിട്ട് നേരിട്ട് അത്ര ഇടപാടില്ലാത്ത കാലത്ത് പി സി ജോഷിയെ കൊണ്ടുപോകുന്നതിന് എന്നെ ചുമതലപ്പെടുത്തി അയച്ചു. അങ്ങനെ പി സി ജോഷിയുടെ, ദ്വിഭാഷിയായിട്ട്, ഞാൻ വള്ളത്തോളിന്റെ മുന്നിൽ ചെന്നു. വള്ളത്തോൾ കഥകളിയുടെ കാര്യങ്ങൾ ഒക്കെ പറഞ്ഞു. എല്ലാ കാര്യങ്ങളും പറഞ്ഞു. ഏതാണ്ട് ഒരുമണിക്കൂറിലേറെ നീണ്ട ഇന്റർവ്യൂവിനുശേഷം അവസാനം ജോഷി ചോദിച്ചു. അങ്ങേയ്ക്ക് ഇനി എന്തെങ്കിലും മോഹങ്ങളുണ്ടോ? എന്ന് ചോദിച്ചപ്പോൾ വയസനായ ആ മനുഷ്യൻ നെഞ്ചത്തടിച്ച് പറഞ്ഞു 'നമ്മുടെ ആ രബീന്ദ്രനാഥ ടാഗോറിന്റെ വിശ്വഭാരതിപോലെ ഒരു സർവകലാശാല ആയാൽ കൊള്ളാമെന്ന് ഈ വയസനു മോഹമു'ണ്ടെന്ന്. ആ നെഞ്ചത്തടിച്ച അടി ഇപ്പോഴും എന്റെ മനസിൽ ഉണ്ട്. ആ മോഹം നിറവേറ്റിക്കൊടുക്കാൻ എനിക്ക് ആവുമെന്ന് എനിക്ക് വിദൂര സ്വപ്നം പോലുമില്ലായിരുന്നു. പക്ഷേ ആ മനുഷ്യന്റെ ആഗ്രഹം നിറവേറ്റിക്കൊടുക്കുന്നതിന് ഞാനാണ് വിധിയന്ത്രത്തിരിപ്പുമൂലം ഒരു ഉപകരണമായി തീർന്നത് എന്നുള്ളതിൽ എനിക്ക് അങ്ങേയറ്റത്തെ സന്തോഷം ഉണ്ട്. ഒരുപക്ഷേ മഹാകവിയുടെ ഒരു അനുഗ്രഹം അതിനു പിന്നിൽ ഉണ്ടായിരുന്നു എന്ന് ഞാൻ വിചാരിക്കുന്നു. കാരണം അതുകൊണ്ടാണല്ലോ ഇതെല്ലാം ഒത്തുവന്നത്. ഇല്ലെങ്കിൽ

ഇതെല്ലാം നശിച്ചുപോകാൻ ഒരേ സാധ്യതയാണ്. 50 ശതമാനം ജയിക്കാനും 50 ശതമാനം തോൽക്കാനും സാധ്യത ഉള്ളപ്പോഴാണ് ആദ്യത്തെ ഘട്ടം കഴിഞ്ഞ് ഇറങ്ങിപ്പോന്നത്. ആ 50 ശതമാനം വളർന്ന് 100 ശതമാനം ആയപ്പോ അതിനു പിന്നിൽ തീർച്ചയായിട്ടും ആ വലിയ മനുഷ്യൻ മനസുനൊന്ത് ആഗ്രഹിച്ചതുകൊണ്ട് അതു നടന്നു. എന്ന തോന്നലെനിക്ക് ഉണ്ട്. എന്റെ മനസ്സും കുറച്ച് നൊന്തിട്ടുണ്ട്.

എം എ ബേബി : വള്ളത്തോളിനെക്കുറിച്ച് പറഞ്ഞപ്പോൾ മലയാള ഭാഷയുടെ പ്രാധാന്യം ഏറ്റവും കൂടുതൽ തന്റെ രചനകളിലൂടെയും നിലപാടുകളിലൂടെയും ആവർത്തിച്ചിട്ടുള്ള ആളാണ്. മറ്റുള്ള ഭാഷകളൊക്കെ ധാത്രിമാർ മാത്രമാണ്. മർത്യന് പെറ്റമ്മ തൻഭാഷ താൻ എന്നദ്ദേഹത്തിന്റെ പ്രസിദ്ധമായ നിർവചനമുണ്ട്. മലയാള ഭാഷ നമ്മുടെ കേരളീയ സമൂഹത്തിൽ ഇടത്തരം കുടുംബങ്ങളിലൊക്കെ ഉപേക്ഷിക്കപ്പെട്ടുകൊണ്ടിരിക്കുകയാണ്. മക്കളെ എല്ലാം ഇംഗ്ലീഷ് മീഡിയം സ്കൂളിൽ പഠിപ്പിക്കാനാണ് താൽപ്പര്യം. അങ്ങനെ അയച്ച് പഠിപ്പിക്കുന്ന രക്ഷിതാക്കൾ തന്നെ വന്ന് മലയാളത്തിന്റെ പ്രാധാന്യം ഗവൺമെന്റ് അവഗണിക്കുന്നു എന്നൊക്കെ പറഞ്ഞ് ബഹളമുണ്ടാക്കുന്നുമുണ്ട്. ഗവൺമെന്റ് ചെയ്യേണ്ട കാര്യങ്ങൾ ചെയ്യണം എന്ന് ഗവൺമെന്റിനോട് ഒരുമിച്ചു നിന്ന് സാറിനെപോലുള്ളവർ ആവശ്യപ്പെട്ടു. ഗവൺമെന്റ് ഒരു കമ്മിറ്റിയെ നിയോഗിച്ചു. ആ കമ്മിറ്റിയുടെ റിപ്പോർട്ട് കഴിഞ്ഞ മന്ത്രിസഭായോഗം അംഗീകരിച്ചു. കേരളത്തിലെ സ്കൂളുകളിലൊക്കെ മലയാളം പഠിപ്പിച്ചേ പറ്റൂ. ബോധന മാധ്യമവും മലയാളം ആക്കണം, 8-ാം ക്ലാസ് വരെ. പിന്നെ അത് ഒരു ദീർഘമായ പ്രക്രിയയിലൂടെ ജനങ്ങളെ ബോധവൽക്കരിച്ചിട്ട് മാത്രമാണ്. മലയാളം പഠിക്കാതെ കേരളത്തിൽ പഠനം പൂർത്തിയാക്കാമെന്ന് ഒരിക്കലും വരാൻ പാടില്ല. ആ തീരുമാനം ഗവൺമെന്റ് എടുത്തിട്ടുണ്ട്. അങ്ങനെ ഒരു തീരുമാനം ഗവൺമെന്റ് എടുക്കാൻ സഹായകമായ അന്തരീക്ഷം സൃഷ്ടിക്കുന്നതിൽ സാറും സാറിന്റെ സഹപ്രവർത്തകരും വലിയ പങ്കുവഹിച്ചിട്ടുണ്ട്. എന്നാൽ മറ്റ് ദക്ഷിണേന്ത്യൻ ഭാഷകളെ ക്ലാസിക്കൽ ഭാഷകളായിട്ട് അംഗീകരിച്ചിട്ടും മലയാളത്തിന് അതിന്റെ എല്ലാ യോഗ്യതകളും ഉണ്ടായിട്ടുകൂടി മലയാളത്തെ മാത്രം അവഗണിക്കുന്ന ഒരു പ്രശ്നമുണ്ടായി. അത് ഏറ്റവും ശക്തമായി ഏറ്റെടുക്കുന്ന

തിൽ സാറാണ് നേതൃത്വപരമായ പങ്കുവഹിച്ചുകൊണ്ടിരിക്കുന്നത്. ഈ പ്രവർത്തനങ്ങളുടെ അനുഭവങ്ങൾ സാറ് ഒന്ന് സംക്ഷിപ്തമായി പറയാമോ?

ഒ എൻ വി : മലയാളം ഒന്നാം ഭാഷയാക്കണം എന്നുള്ളത് ചിരകാലാഭിലാഷമാണ്. അതിനുവേണ്ടി പണ്ട് ടി കെ രാമകൃഷ്ണൻ സാംസ്കാരിക വകുപ്പ് മന്ത്രിയായിരുന്ന കാലത്തും മറ്റ് ചിലർ വിദ്യാഭ്യാസ മന്ത്രിമാരായിരുന്ന കാലത്തും ഒക്കെ തന്നെ ഞങ്ങൾ സെക്രട്ടറിയേറ്റിന്റെ പടികൾ നിരവധി തവണ കയറിയിറങ്ങി. അപ്പോൾ എല്ലാം തന്നെ അത്ര സ്വാഗതാർഹമായ രീതിയിലല്ല അതൊന്നും സ്വീകരിക്കപ്പെട്ടത്. 'മലയാള'ത്തിൽ വല്ലപ്പോഴും ഒക്കെ ലേഖനങ്ങൾ എഴുതുന്ന ഒരു സെക്രട്ടറി എന്നോട് സ്നേഹത്തോടെ ചോദിച്ചു: 'സാറെ ഇതെല്ലാം അങ്ങനെ മലയാളം ആക്കണം എന്ന് പറഞ്ഞാൽ ഈ "ജി ഒ" എന്നുള്ളതിന് എന്ത് എഴുതും?" ഞാൻ പറഞ്ഞു രണ്ടു രീതികൾ ഞാൻ പറയാം. ഒന്ന് ജി ഒ എന്ന് മലയാളത്തിൽ എഴുതാൻ യാതൊരു വിഷമവുമില്ല. അതാണ് അർഥംകൊണ്ട് കമ്യൂണിക്കേറ്റ് ചെയ്യാൻ എളുപ്പം എങ്കിൽ അങ്ങനെ ചെയ്യണം.

എം എ ബേബി : ഭാഷാ ഇൻസ്റ്റിറ്റ്യൂട്ട് എന്ന് പറയുന്നത്.

ഒ എൻ വി : അതെ, ഭാഷാ ഇൻസ്റ്റിറ്റ്യൂട്ട് എന്നു പറയുന്നത്

നമുക്ക് ഇംഗ്ലീഷ് വാക്കുകളോട് അലർജി പാടില്ല. തമിഴർക്ക് അതുണ്ട്. നമുക്ക് അലർജിയില്ല. എല്ലാ ഭാഷയും ലോകത്തുള്ള മനുഷ്യർ സൃഷ്ടിച്ചതാണ്. പക്ഷേ ആ ഭാഷ നമ്മുടെ തലയ്ക്ക് മീതെ കേറി ഇരിക്കാൻ സമ്മതിക്കരുത്. അതുകൊണ്ട് മറ്റു ഭാഷ കളിൽനിന്ന് പദങ്ങൾ സ്വീകരിക്കുന്നതിനെ സംബ ന്ധിച്ച് ചില നിയമങ്ങളൊക്കെയുണ്ട്. ഈ നാമപദ ങ്ങൾ സ്വീകരിക്കാം. ക്യാമറയ്ക്ക് ഞാൻ ക്യാമറ എന്നു തന്നെ പറയാം. ഛായാഗ്രാഹിണി എന്നൊന്നും പറ യേണ്ടാവശ്യമില്ല. ഏതാണ്ട് പഴയ ഏഴാംക്ലാസുകാ രൻ സംസാരിക്കുകയാണെന്ന് തോന്നും. ഈ ഛായാ ഗ്രാഹിണിയൊന്ന് മാറ്റിവയ്ക്കൂ എന്ന് വേണ്ട ഈ ക്യാമറ മാറ്റിവയ്ക്കാൻ പറയേണ്ട ആവശ്യമേ ഉള്ളൂ. അതുപോലെ നമുക്ക് ഏത് വാക്കും സ്വീകരിക്കാം. മറ്റൊന്ന് ഈ ജി ഒ ഇവിടെ വരുന്നതിനു മുമ്പ് മല യാളത്തിൽ ഒരു വാഥുണ്ടായിരുന്നു. യൂണിവേഴ്സി റ്റികോളേജിൽ ചെന്നാൽ അതിന്റെ പൂർണമാതൃക യിലുള്ള ഒരു സ്ഥാപനം അവിടെയുണ്ടാക്കുന്നതിന് രാജാവ് അന്ന് പുറപ്പെടുവിച്ച 'നീട്ട്' എന്ന രണ്ടക്ഷരം. ജി ഒ നീട്ട് എന്നാണ് പറഞ്ഞിരുന്നത്. ഇന്നിപ്പോ അത് പറയുമ്പോ പ്രാകൃതം ഒക്കെ തോന്നുന്നെങ്കിൽ ഉപേ ക്ഷിക്കുക. അല്ലെങ്കിൽ സ്വീകരിക്കുക. പക്ഷേ ജി ഒ എന്ന് പറയാൻ ഒരു വിഷമവുമില്ല. അതുപോലെ ഏത് നാമപദവും നമുക്ക് സ്വീകരിക്കാം.

എം എ ബേബി : സർക്കാരുത്തരവ് എന്ന് പറയാം.

ഒ എൻ വി : സർക്കാരുത്തരവ് എന്നുപറയാം. എന്താ കുഴപ്പം. പിന്നെ പ്രൂഫ് നോക്കുക, പ്രൂഫ് റീഡർ റീഡ് ചെയ്യു ക എന്നു പറയരുത്. കാരണം ആ മാതിരി ക്രിയാപ ദങ്ങൾ വന്നാണ് ഈ കുഴപ്പങ്ങൾ ഉണ്ടാക്കുന്നത്. പ്രൂഫ് വായിച്ചു എന്നു പറയാം. ഈ പദങ്ങൾ സ്വീക രിക്കുന്നതിന് അനുവദനീയമായ നിയമങ്ങളുണ്ട്. മറ്റു ഭാഷകൾക്ക് കീഴടങ്ങിക്കൊടുക്കാതെ ഒരു ഭാഷ മറ്റൊരു ഭാഷയിൽനിന്ന് സ്വീകരിക്കാവുന്ന നിയമങ്ങ ളുണ്ട്.

എം എ ബേബി : ഇംഗ്ലീഷിൽനിന്ന് സ്വീകരിക്കുന്നുണ്ടല്ലോ.

ഒ എൻ വി : സ്വീകരിക്കുന്നുണ്ട്. നമുക്ക് ബഞ്ചും ഡസ്കും ക്ലാസുമൊക്കെ ഇല്ലേ. ക്ലാസ്കയറ്റം നൽകി എന്നല്ലേ പറയുന്നത്. കക്ഷ്യ എന്നതാണ് സംസ്കൃതത്തിൽ. മലയാളത്തിലെന്താ അന്ന് ക്ലാസില്ല. കുടിപ്പള്ളിക്കൂ ടത്തിലും വീട്ടിലിരുന്നും ഒക്കെയാണ് പഠിക്കുന്നത്. ഇത് മനസിലാക്കി ഔചിത്യപൂർവം പെരുമാറാതെ...

ഇത് ഒടക്കു ചോദ്യങ്ങളാണ്. പിന്നെ ഒരു ഒടക്ക് ചോദ്യം ക്ലാസിക്കൽ ഭാഷയ്ക്കു വേണ്ടി പോയപ്പോൾ ഇവിടെ ഒന്നാം ഭാഷ മലയാളമല്ല പിന്നെയല്ലേ ക്ലാസിക്കൽ. അപ്പോൾ വ്യക്തമായി. ഇവിടെ അടുത്തകാലത്ത് രാജരാജവർമ്മയുടെ പ്രതിമയുടെ മുന്നിൽ നിന്ന് ഞങ്ങൾ സംസാരിച്ചു. മലയാളം ക്ലാസിക്കൽ ഭാഷയാകണം, ഒന്നാം ഭാഷയുമാകണം. ഒന്ന് മറ്റൊന്നിന് എതിരല്ല. രണ്ടും പരസ്പര പൂരകങ്ങളാണ്. രണ്ടിനും നമ്മൾ ഗവൺമെന്റിനോട് അപേക്ഷിച്ചിട്ടുണ്ട്. ഗവൺമെന്റ് ആദ്യത്തേത് ആദ്യമേ അംഗീകരിച്ചു. അതിനുവേണ്ടി നിവേദനം കൊടുത്തു. മറ്റേതും ഈ തത്വത്തിൽ അംഗീകരിച്ചിരിക്കുന്നു. ഇപ്പോൾ ഇനി എന്തുപറഞ്ഞ് എതിർക്കും എന്നാ പലരും ആലോചിക്കുന്നത്. ഇന്റർനാഷണൽ സ്കൂൾ ഓഫ് ദ്രവീഡിയൻ ലിൻഗ്വിസ്റ്റിൽവച്ച് ആയിടെ ഒരു സെമിനാർ നടത്തി. അന്ന് അവിടുത്തെ സുഹൃത്തുക്കളൊക്കെ മുൻകൈയെടുത്താണ് നടത്തിയത്. അവിടെ ഡോ. രാജ് പുരോഹിത്, അതുപോലെ തന്നെ തമിഴ് പ്രൊഫസർ ഇവരുമായിട്ട് സംസാരിച്ചപ്പോൾ "ഞങ്ങൾക്ക് യാതൊരു വിഷമവുമില്ല. മലയാളത്തിന് ക്ലാസിക്കൽ പദവിക്ക് എല്ലാ അർഹതയുമുണ്ട്. നിങ്ങളുടെ ശത്രു നിങ്ങളുടെ കൂട്ടരാണ്." സത്യമാണ്. അപ്പോൾ അതിനെ മറികടക്കുന്ന തരത്തിൽ ഒരു ഉത്തരം ഉണ്ടായതിൽ ഗവൺമെന്റിന്റെ പ്രതിനിധികൂടിയാണല്ലോ എന്റെ മുന്നിൽ ഇരിക്കുന്നത്. മലയാളത്തെ സ്നേഹിക്കുന്ന ഈ ആവശ്യം നിരന്തരമായി ഉന്നയിച്ചു. എല്ലാവർക്കും വേണ്ടി ഈ അവസരത്തിൽ നന്ദി പറയുന്നു.

എം എ ബേബി : നമ്മൾ സംസാരിക്കുന്നതിനിടയിൽ സാറിന്റെ ചില സൗഹൃദങ്ങളെക്കുറിച്ച് പരാമർശിച്ചെങ്കിലും മലയാള ഗദ്യസാഹിത്യത്തിലെ ഒരു അതുല്യ പ്രതിഭ വൈക്കം മുഹമ്മദ് ബഷീർ. ഞാൻ അദ്ദേഹത്തെ മലയാളത്തിന്റെ പ്രിയപ്പെട്ട കവിയായിട്ട് തന്നെയാണ് പരിഗണിക്കുന്നത്. അദ്ദേഹം എഴുതിയത് കവിതതന്നെയാണ് എന്റെ അജ്ഞതയിൽ നിന്നിട്ടോ അല്ലെങ്കിൽ ആസ്വാദനബോധത്തിൽ നിന്നിട്ടോ പറയുന്നതാണ്. അദ്ദേഹവുമായിട്ട് വളരെ വലിയൊരു ആത്മബന്ധം... സാറ് ഒരു കവിത വൈക്കം മുഹമ്മദ് ബഷീറിന് സമർപ്പിച്ചിട്ടുണ്ട് എന്ന് ഞാൻ കേട്ടിട്ടുണ്ട്. ബഷീറുമായിട്ടുള്ള ബന്ധം ഒന്ന് ഓർത്തെടുത്താൽ....

ഒ എൻ വി : ബഷീറുമായിട്ട് കോഴിക്കോടിനു പോയശേഷം

ബേപ്പൂര് രണ്ടോ മൂന്നോ തവണ പോയി കണ്ടിട്ടേ ഉള്ളൂ. കോഴിക്കോട്ട് പോയതിനുശേഷം അദ്ദേഹത്തിന് അവിടെ പുതിയ സുഹൃത്തുക്കളും അവരുമായിട്ട് ദൃഢമായ ബന്ധമൊക്കെയുണ്ടായി. പക്ഷേ അതിനുമുമ്പ് ഒരു ബഷീർ ഉണ്ടായിരുന്നു. ആ ബഷീർ തിരുവിതാംകൂറിലായിരുന്നു കൂടുതലും അന്ന്.

സരോജിനിച്ചേച്ചി: എറണാകുളത്ത് ബുക്ക് സ്റ്റാൾ നടത്തിയിരുന്നില്ലേ.

ഒ എൻ വി : അതാ പറയാൻ വന്നത്. ഞാൻ ആദ്യമായി കൊച്ചി സംസ്ഥാനത്തിലേക്ക് കെ എസ് പി അനുഭാവമുള്ള ഒരു വിദ്യാർഥി സംഘടനയുടെ പേരിൽ വന്നു. വന്നപ്പോൾ പച്ചാളത്തിൽ ഒരു യോഗത്തിന് പോകുന്നതിന് മുമ്പ് ഞാൻ അവരോട് എന്റെ ഒരു ഡിമാന്റ്-ഈ ബഷീറിന്റെ ബുക്ക്സ്റ്റാളിൽ പോണം എന്ന് പറഞ്ഞു. ബഷീറിന് എന്നെ അറിയാം. ബഷീറിന്റെ ബുക്ക്സറ്റാളിൽ ചെന്ന് കേറിയപ്പോ വലിയ സന്തോഷത്തിൽ, ബഷീറിന്റെ ആ നിൽപ്പൊക്കെ-കൈ രണ്ടും വിടർത്തിയുള്ള നിൽപ്പ്-രണ്ടുപേർക്കാണ് ഞാൻ കണ്ടിട്ടുള്ളത്. രണ്ടുപേരെയും ഞാൻ കാരണവരെപ്പോലെ ബഹുമാനിക്കുന്നു. ഒന്ന് ബഷീർ. രണ്ട് നമ്മുടെ സി കെ കുമാരപ്പണിക്കർ, വയലാർ സ്റ്റാലിൻ എന്ന് പറയില്ലേ. ആദ്യമായി...

എം എ ബേബി : ചന്ദ്രപ്പന്റെ അച്ഛൻ.

ഒ എൻ വി : ഞാനും രാമവർമ്മയുമായി ആദ്യം അദ്ദേഹത്തിന്റെ വീട്ടിൽ രാത്രിയിൽ-അദ്ദേഹം under groundൽ ആണ്. പക്ഷേ, അദ്ദേഹത്തിനെ അവിടെ ആരും ഒന്നും ചെയ്യുകില്ല-ഒരു നിലാവുള്ള രാത്രിയിൽ അർധരാത്രിക്കാണ് കാണുന്നത്. രണ്ടുപേരെയും രണ്ടു കൈകൊണ്ടും ഇങ്ങനെ പിടിച്ചു സ്വീകരിക്കുന്നത്. അതുപോലെയാണ് ബഷീറിന്റെ നിൽപ്പ്. എന്നിട്ട് ബഷീറ് ചായ വരുത്തിത്തന്നു. അതു കഴിഞ്ഞ് പിന്നെ ഞാനവിടെ മഹാരാജാസ് കോളേജിൽ ചേരുമ്പോൾ മിക്ക ദിവസങ്ങളിലും ബഷീറിന് ഒരു കുടുസുമുറിയുണ്ട്. അവിടെ.

എം എ ബേബി : ഡെൻ എന്ന് വിളിക്കും.

ഒ എൻ വി : അതെ ഡെൻ എന്ന് വിളിക്കുന്നത്. പണ്ടത്തെ പ്രഭാത് ബുക്ക് ഹൗസിന്റെ തൊട്ടപ്പുറത്ത് കാനൺഷെഡ് റോഡിന്റെ അറ്റത്ത്. അവിടെ പലപ്പോഴും ചെന്ന് കഴിഞ്ഞാൽ ഒന്നാന്തരമായിട്ട് പാചകം ചെയ്ത കോഴി ഇറച്ചി ആയാലും മാട്ടിറച്ചി ആയാലും

എം എ ബേബി : കരിമീൻ കറി.

ഒ എൻ വി : അതെ ങാ കഴിക്ക് കഴിക്ക് നിന്റെയൊക്കെ നേതാക്കന്മാരൊക്കെ ഇവിടെ വന്ന് ഇഷ്ടം പോലെ കഴിച്ചിട്ടുണ്ട്. അങ്ങനെയൊക്കെ പറയും.

എം എ ബേബി : കൃഷ്ണപിള്ളയൊക്കെ അവിടെ പോയിട്ടുണ്ട്.

ഒ എൻ വി : ങാ കൃഷ്ണപിള്ള, കെ സി ജോർജ്. അവരെയൊക്കെ പറ്റി പറയുമ്പോ ഉണ്ടല്ലോ അത്ര സുഖകരമായ ഭാഷയിലല്ല. പക്ഷേ അവർക്കെല്ലാം വെച്ചു വിളമ്പികൊടുത്തിട്ടുണ്ടെന്നതാണ് സത്യം. അങ്ങനെ കഴിക്ക് എന്നു പറയും. ഇതെല്ലാം കഴിഞ്ഞ് അവിടെ രണ്ടു മൂന്ന് പുസ്തകം ഞാനവിടുന്ന് എടുത്തുകൊണ്ടുപോന്നു, വായിക്കാൻ. അതിന്റെ പൈസ ഡ്യൂ ആയപ്പോൾ എന്റെ അടുത്തു പറഞ്ഞു: കാര്യമൊക്കെ ശരിതന്നെ. എന്റെ ബില്ല് ഇവിടെ ഉണ്ട്. അത് എത്ര എന്നു ചോദിച്ചു. അത് ഞാൻ കൊടുത്തു. കൊടുത്തു കഴിഞ്ഞപ്പോൾ ഞങ്ങടെ വിവാഹത്തിന്റെ ക്ഷണക്കത്ത് കൊടുത്തു. കൊടുത്തപ്പോൾ വിവാഹത്തിന് ഞാൻ വരുകേല. എനിക്ക് അവിടം വരെയൊന്നും വരാൻ വയ്യ. ഞാൻ പറഞ്ഞു ഇവിടുന്ന് മുണ്ടശ്ശേരി മാഷൊക്കെ ഉണ്ട്. ങാ അയാള് വരട്ടെ ഞാൻ അവിടം വരെ വരില്ല. എന്നു പറഞ്ഞിട്ട് ആദ്യത്തെ ഇഷ്ടങ്ങളൊക്കെ കഴിഞ്ഞാൽ അവസാനം ഒ എൻ വി തല്ലാനും ഇടിക്കാനും ഒക്കെ

തുടങ്ങുമ്പോ വായിച്ചു ചിരിക്കാൻ.

സരോജിനിച്ചേച്ചി: തല്ലാനും തുടങ്ങുമ്പോൾ

ഒ എൻ വി : തല്ലാൻ തുടങ്ങുമ്പോൾ ആശ്വാസമായി വായിച്ചുചിരിക്കാൻ എന്നുപറഞ്ഞ് ഒരു ഹിലേറിയസ് കോമഡിയായിട്ടുള്ള ഒരു പുസ്തകം എഴുതി സരോജിനിക്ക്, എനിക്കല്ല സരോജിനിക്ക് മാത്രം കൊടുത്തു.

എം എ ബേബി : ജീനിയസ് ആയിരുന്നു. ആ ചെറിയൊരു നിമിഷത്തെ എങ്ങനെ ക്രിയേറ്റീവ് ആയിട്ട് മാറ്റി എന്നുള്ളതാണ്. അതൊരു സൃഷ്ടിയാണല്ലോ.

ഒ എൻ വി : അതെ, അതെ. അതിലുപരി ഈ എറണാകുളത്ത് ഞാൻ കഴിയുമ്പോൾ കൂടുതൽ സമയവും നമ്മുടെ കെ ദാമോദരനുണ്ടാവും. ദാമോദരൻ അന്ന് *നവയുഗ*ത്തിന്റെ പത്രാധിപരാണ്. ഞങ്ങൾ നടക്കാനിറങ്ങും. ദാമോദരൻ വ്യക്തിപരമായിട്ട് എനിക്ക് വളരെ ഇഷ്ടമുള്ള മനുഷ്യനായിരുന്നു. പക്ഷേ...

എം എ ബേബി : ആകാശവും നാറ്റിയ കഥയായിരിക്കും സാറ് പറയാൻ പോവുന്നത്.

ഒ എൻ വി : അതെ.. അതെ.. അപ്പോൾ ബഷീറ് ദാമോദരനെ വിളിക്കും. 'ദാമോദരാ...' അപ്പോൾ ഞാൻ കൂടെ

ഉണ്ടെങ്കിലും എന്നെ അല്ല വിളിക്കുന്നത് ഞാൻ കൂടെ ചെല്ലണം. 'പിക്കാസോ ഇപ്പോ എവിടെയാ?...' ദാമോദരനും വളരെ ഗൗരവമായിട്ട് ആലോചിക്കും. പിക്കാസോ, ഈയിടെ ഒരു പത്രവാർത്തയുണ്ടായി രുന്നു പിക്കാസോ പാരീസിൽനിന്ന് എവിടെയോ പോയെന്ന്. എന്നിങ്ങനെ ആലോചിച്ചുകൊണ്ടിരി ക്കുമ്പോൾ ഞാൻ ചോദിച്ചു. 'എന്തിനാ ഇത്ര അർ ജന്റായിട്ട് അന്വേഷിക്കുന്നത്.' 'അത് ഞാൻ ഇവിടെ പുതിയൊരു ഷെൽഫ് വാങ്ങിച്ചു. എനിക്കത് നന്നാ യിട്ട് പെയിന്റ് ചെയ്യണം. നിന്റെയൊക്കെ വലിയ ദൈവമായിട്ട് പറയുന്ന പിക്കാസോ, എന്റെ ഷെൽഫ് ഒന്ന് പെയിന്റ് ചെയ്യണം' അതുപോലൊരു ദിവ സമാണ് കേറി ചോദിച്ചു: 'ങാ ദാമോദരാ വലിയ കഷ്ട മായിപ്പോയി. ഛെ' 'എന്ത് കഷ്ടം?' 'അല്ല നിങ്ങളെല്ലാം കൂടി ചെയ്യാൻ ഭാവിക്കുന്നതെന്താണ്? സോവിയറ്റ് യൂണിയനിൽ നിങ്ങടെ പാർട്ടിയല്ലേ ഭരിക്കുന്നത്' 'അതെ.' ദാമോദരൻ വളരെ സീരിയസായിട്ട് 'അതെ.' 'ഇവിടെയൊക്കെ മനുഷ്യരെ നാറ്റിയതും പോരാ ഞ്ഞിട്ട് ഇപ്പോൾ ഒരു ചത്ത പട്ടിയെ സൗരയൂഥത്തി ലേക്ക് അയച്ച് അവിടെ മുഴുവനും നാറ്റിയില്ലേ' എന്ന് ചോദിച്ചപ്പോൾ ദാമോദരൻ ചിരിച്ചു. ഞാനും ചിരി ച്ചു. അങ്ങനെയാണ് ശൈലി. ചിലപ്പോൾ ഇത് ക്രൂര മായിട്ട് മാറും. ഒരിക്കൽ സാഹിത്യ പരിഷത്തിന്റെ രജതജൂബിലി അതിഗംഭീരമായിട്ട് മഹാകവി ജി ശങ്ക രക്കുറുപ്പിന്റെ അധ്യക്ഷതയിൽ ആയിരുന്ന കാലത്ത് മഹാരാജാസ് കോളേജ് ഗ്രൗണ്ടിൽ വലിയ പന്തലിട്ട് നടത്തി. ഇന്ത്യയിലുള്ള ഒരുപാട് സാഹിത്യകാരന്മാ രൊക്കെ വന്നു. അന്ന് ആദ്യമായിട്ട് ഞാൻ പല ഇന്ത്യൻ സാഹിത്യകാരൻമാരെയും അവിടെവെ ച്ചാണ് കണ്ടത്. അമൃതാപ്രീതം ഒക്കെയുണ്ട് അന്ന്. അമൃതാപ്രീതം അന്നൊരു താരമാണ്. അപ്പോൾ ഞാനും രാമവർമ്മയുമൊക്കെ കവിയരങ്ങിൽ കവിത വായിക്കുന്ന പയ്യന്മാരാണ്. പൊൻകുന്നം വർക്കി രണ്ടു മീറ്റിങ്ങിൽ ഉണ്ട്. ഒന്ന് സഹകരണ സംഘ ത്തിന്റെ മീറ്റിങ്. അതിന് എസ് പി സി എസിന്റെ ആളെന്ന നിലയ്ക്ക് പൊൻകുന്നം വർക്കി പിന്നെ പുരോഗമന സാഹിത്യത്തിന്റെ ഒരു മീറ്റിങ് ഉണ്ട്. അതിനും പൊൻകുന്നം വർക്കി. രണ്ട് പ്രസംഗം ഉണ്ട്. അപ്പോൾ അതിന്റെ ഒരു സന്തോഷത്തിലാണ് പൊൻകുന്നം വർക്കി. ഞങ്ങളെല്ലാം ചേർന്ന് ബഷീർ ബുക്ക് സ്റ്റാളിന്റെ മുമ്പിലൂടെ വരുമ്പോ 'നമുക്ക്

ബഷീറിനെ ഒന്നുകണ്ട് കളയാം' വർക്കി സാറ് പറഞ്ഞു. ശരി അങ്ങോട്ട് കേറി. അപ്പോ പെട്ടെന്ന് വർക്കി സാറിനെയും ഞങ്ങളെയും കൂടി കണ്ടപ്പോൾ "നാണവും മാനവും ഉണ്ടോ ഈ വർക്കിക്ക്" ഞങ്ങളോട് പറഞ്ഞു. ഞാൻ ചോദിച്ചു: "എന്ത് പറ്റി എന്നാ" "നിങ്ങള് ചോദിച്ച് നോക്ക്" "നിങ്ങള് എഴുന്നള്ളിച്ച് ഇവിടെ കൊണ്ടുവന്നില്ലേ. ഇയാളെ അധിക്ഷേപിച്ചില്ലേ. പുരോഗമന സാഹിത്യ പ്രസ്ഥാനത്തെ മുഴുവൻ അധിക്ഷേപിച്ചില്ലേ ശങ്കരക്കുറുപ്പ്. അപ്പോൾ മനസിലാകുന്നില്ലേ."

ഒ എൻ വി : ഞങ്ങൾ പറഞ്ഞു: "വർക്കി സാറിനെ രണ്ട് മീറ്റിങ്ങിൽ പ്രസംഗിക്കാൻ.." "അതാ പറഞ്ഞത് ഇവന് രണ്ട് പ്രസംഗം ഉണ്ടോ?"

എം എ ബേബി : കൈയിൽ ഒരു പ്രസംഗമേ ഉള്ളൂലോ.

ഒ എൻ വി : അത് തെളിയിക്കാൻ വേണ്ടിയല്ലേ. രണ്ടിടത്ത് വെച്ചിരിക്കുന്നത്. വർക്കി സാറ് ആകെപ്പാടെ... ദാമോദരനെപ്പോലെ ചിരിച്ചില്ല. വർക്കിസാറ് ആകെപ്പാടെ... സാറ് ഓവർ സീരിയസാണല്ലോ. ഈ വർക്കി സാറിനെപ്പറ്റി പലതമാശകളും ഉണ്ട്. ഇവിടെ രാമവർമ്മയെയും വിളിച്ചുകൊണ്ട് എന്നെ കാണാൻ വന്നപ്പോൾ യൂണിവേഴ്സിറ്റി കോളേജിന്റെ തെക്കുവശത്തെ ഒരു ഹോട്ടലിൽ കയറി. അപ്പോ മത്സ്യമാണ് അവിടുത്തെ സ്പെഷ്യാലിറ്റി. രാമവർമ്മ ഒരു ക്ഷത്രിയനാണല്ലോ. അപ്പോ രാമവർമ്മ ചെറിയൊരു മടി കാണിച്ചു. മൽസ്യം ഇഷ്ടമല്ല എന്ന്. മത്സ്യം വന്നു വർക്കി സാറിന്റെ സംഭാഷണം- "കുട്ടാ നമ്മുടെ ശരീരത്തിലെ ജീവകാംശത്തിന്റെ അഭാവത്തെ ഈ മത്സ്യം ധീരമായി ഏറ്റെടുത്ത് കൊള്ളും." ഇത് സംഭാഷണമാണ്. സാറിന്റെ ഒരു സംഭാഷണമാണ്.

എം എ ബേബി : ഗദ്യകവിത... പുള്ളി ഇതുപോലെയാണ്.

ഒ എൻ വി : വിദ്വാൻ വി ഐ വർക്കിയാണ്. വിദ്വാൻ വി ഐ പൊൻകുന്നം വർക്കിയാണ് ഈ സംസാരിക്കുന്നത്. വേറെ ആരെങ്കിലും ഇത് പറയ്യോ നമ്മുടെ ശരീരത്തിലെ ജീവകാംശത്തിന്റെ അഭാവത്തെ ഈ മത്സ്യം ധീരമായി ഏറ്റെടുത്ത് കൊള്ളുമെന്ന്!

എം എ ബേബി : സാറിന്റെ ഔദ്യോഗിക ജീവിതം ആദ്യത്തെ ഘട്ടത്തിൽ അന്ന് നിലവിലുണ്ടായിരുന്ന ഈ പൊലീസ് വെരിഫിക്കേഷൻ എല്ലാം നിമിത്തം പബ്ലിക് സർവീസ് കമ്മീഷൻ പരീക്ഷയിൽ ഒന്നാംറാങ്ക് കിട്ടിയിരുന്നെങ്കിൽപ്പോലും ആദ്യം നിയമനം നടന്നില്ല എന്നാണ് ഞാൻ മനസിലാക്കിയത്.

ഒ എൻ വി : അതിനുശേഷം നമ്മളുടെ അഴിമതി വിരുദ്ധനായ സി കെ കേരളവർമ്മ എന്ന വിദ്യാഭ്യാസ സെക്രട്ടറി ഉണ്ടായിരുന്നു. അദ്ദേഹം മുണ്ടശ്ശേരി മാഷ്ടെ ഒരു വലിയ സുഹൃത്തും കൂടി ആയിരുന്നു. ഞാൻ എന്റെ അപേക്ഷ നിരസിക്കാൻ പോവുകയാണെന്നൊന്നും അറിയാതെ നമുക്ക് കിട്ടില്ല എന്ന് വിചാരിച്ച് സ്റ്റാച്യുവിൽ ബസ് കാത്തുനിൽക്കുമ്പോൾ എന്റെ കൂടെ പഠിച്ച ഒരാള്, ശിവശങ്കരൻ നായര് പെരുന്താന്നിക്കാരൻ, അയാള് സെക്രട്ടറിയേറ്റിൽ ക്ലാർക്കാണ്. എഡ്യുക്കേഷൻ ഡിപ്പാർട്ട്മെന്റിലാണ്. അയാൾ വന്നു പറഞ്ഞു: ''ഹേ! കുറുപ്പേ നിങ്ങളെന്താ ഇങ്ങനെ നിൽക്കുന്നത് നിങ്ങൾ അറിഞ്ഞില്ലേ" എന്നുചോദിച്ച് സംഗതി പറഞ്ഞു. അപ്പോ അദ്ദേഹമാണ് "അഴിമതി വിരുദ്ധനായ സി കെ കേരളവർമ്മയാണ് വിദ്യാഭ്യാസത്തിന്റെ സെക്രട്ടറി. ആരെയും കൊണ്ട് പറയിക്കരുത് നേരിട്ടു ചെന്ന് പറയണം. അതാണ് അദ്ദേഹത്തിന് ഇഷ്ടം'' എന്നൊക്കെ പറഞ്ഞുതന്നത്. എനിക്ക് സെക്രട്ടറിയേറ്റ് എന്നൊക്കെ പറഞ്ഞാ ബാലികേറാമല. നമ്മളൊന്നും അവിടെ കേറീട്ടൊന്നുമില്ല. പിന്നെ 1957 നുമുമ്പാണ് സംഭവം. 1956 ആദ്യോ മറ്റോ ആണ്. 55 ലാണ് ഞാൻ ജയിച്ചത്. അപ്പോ അയാൾ പറഞ്ഞു ഇന്ന സ്ഥലത്ത് കൂടെ വന്നാമതി. മുകളിൽ കേറുമ്പോൾ ഗോപാലപിള്ള എന്നു പറഞ്ഞ് പാരിപ്പിള്ളിക്കാരൻ ഉണ്ട്. അയാളാണ് പ്രൈവറ്റ് സെക്രട്ടറി.

എം എ ബേബി : കൃത്യമായിട്ടും ഇതൊക്കെ ഓർമയുണ്ടോ സാറിന്?

ഒ എൻ വി : ഉണ്ട്. അതൊക്കെ മറക്കില്ല.

സരോജിനിച്ചേച്ചി: വലിയ സംഭവമല്ലേ, മറക്കാൻ പറ്റില്ല.

എം എ ബേബി : പാരിപ്പിള്ളിക്കാരൻ ഗോപാലപിള്ള അവിടെ ഉണ്ടന്ന്.

സരോജിനിച്ചേച്ചി: പി എസ് സിയുടെ സെലക്ഷനിലും ഫസ്റ്റ് റാങ്ക് ആയിരുന്നു.

ഒ എൻ വി : അവിടെ കേറിച്ചെല്ലുകയാണ്. കിട്ടാനുണ്ടെങ്കിൽ സ്വർഗം ഇല്ലെങ്കിൽ പോട്ടെ. കേറിച്ചെല്ലുമ്പോൾ ഈ ഗോപാലപിള്ളയുടെ അടുത്ത് ഞാൻ പറഞ്ഞു. ഇതൊക്കെ ഒരു ഭാഗ്യം. അയാളുടെ വീട്ടിൽ പലരെയും എന്റെ അച്ഛൻ ചികിത്സിച്ചിരുന്നു. അയാൾക്ക് വലിയ സന്തോഷമായി. അപ്പോൾ അയാൾ പ്യൂൺ ഇരിക്കുന്ന ഒരു സ്റ്റൂൾ എനിക്കു തന്നു. അവിടെ ഇരുന്ന് കുറെനേരം കഴിഞ്ഞപ്പോഴാണ് അദ്ദേഹം കൂടെക്കൂടെ അന്വേഷിച്ചിട്ട്, കേരളവർമ്മ ഏതൊക്കെയോ രണ്ടുമൂന്ന് പോർട്ട്ഫോളിയോ ഒക്കെ ഉള്ള

ആളാണ്, കഴിഞ്ഞിട്ട് വരുമെന്നു പറഞ്ഞു. അങ്ങനെ കാത്തിരുന്നു കണ്ടു, അദ്ദേഹം നേരത്തെ പോയി എന്റെ പേര് പറഞ്ഞു. മുണ്ടശ്ശേരി മാഷ്ക്കൊക്കെ അറിയാവുന്ന ഒരാളാണ്. ഞാൻ അങ്ങോട്ടു കേറി ച്ചെന്നു. അപ്പോൾ "പിന്നെ ങാ വരൂ വരൂ പുരോഗ മന സാഹിത്യം വരണം വരണം, എന്തൊക്കെയാ പുരോഗമന സാഹിത്യം, ദേ നിങ്ങളുടെ അപേക്ഷ ഇവിടെ തള്ളാൻ പോകുന്നു." എന്നൊക്കെ പറഞ്ഞു. ഞാൻ ഒന്നും മിണ്ടാതെ നിൽക്കുകയാണ്. അദ്ദേഹം ഇങ്ങോട്ടു പറയുകയാണ്, "ഇനി എനിക്കൊന്നും ചെയ്യാൻ പറ്റില്ല. ഇനി ചീഫ് സെക്രട്ടറിക്കേ ചെയ്യാൻ പറ്റൂ. നിങ്ങൾ ഒരു കാര്യം ചെയ്യണം ചീഫ് സെക്രട്ടറി അങ്ങനെ ചെയ്യണമെങ്കിൽ ഇപ്പോൾ മന്ത്രിസഭയില്ല ഗവർണർ ഭരണമാണ്. നിങ്ങൾ ഗവർണർക്ക് ഒരു പൗരനെന്ന നിലയ്ക്ക് പെറ്റിഷൻ കൊടുക്കണം. ഇന്ന ഇന്ന തരത്തിൽ വേണം. നിങ്ങൾ ഒന്നും ഒളിക്കണ്ട. നിങ്ങൾ ഒരു കമ്യൂണിസ്റ്റ് സഹയാത്രികനായിരുന്നു, നിങ്ങൾ പുരോഗമന സാഹിത്യകാരനാണ്, ഒക്കെ ആണ്, അതൊക്കെ. നിങ്ങൾ തുറന്നു പറഞ്ഞുകൊള്ളുക. പക്ഷെ എനിക്ക് അതുകഴിഞ്ഞ് ഒരു പൗരനെന്ന നിലയ്ക്ക് ഗവൺമെന്റിൽ നിയമിച്ചാൽ അതിന്റെ ഡെക്കോറം പാലിക്കാൻ അറിയാം എന്ന് എഴുതിക്കൊടുക്കണം" എന്നു പറഞ്ഞു. ഞാൻ ഇറങ്ങി, "രണ്ടു മൂന്ന് ദിവ സത്തിനകം വേണം കേട്ടോ." എന്നു പറഞ്ഞു. താഴോട്ട് ഇറങ്ങി. ടി വി തോമസ് അന്ന് എം എൽ എ ആണ്. ടി വിയോട് പറഞ്ഞു. "എനിക്ക് എന്താ വേണ്ടതെന്ന് അറിഞ്ഞുകൂടാ" എന്നു പറഞ്ഞു. ടി വി തോമസ് നിയമപരമായിട്ടുള്ളതൊക്കെ നോക്കി. ഒരു സ്വതന്ത്ര പൗരന് ഏത് രാഷ്ട്രീയത്തിലും വിശ്വ സിക്കാനും പ്രവർത്തിക്കാനും പറ്റും. അതുകൊണ്ട് അയാൾ ഒരു ഗവൺമെന്റ് ഉദ്യോഗത്തിൽ അപേക്ഷി ക്കാൻ അയോഗ്യനാകുന്നില്ല എന്നൊക്കെ പറഞ്ഞു. ഞാൻ അപേക്ഷ എഴുതി. അപ്പോളത് ഗവർണറുടെ കൈയിൽ കൊടുക്കണം. കെ കെ ചെല്ലപ്പൻപി ള്ളയെ കേട്ടിട്ടുണ്ടോ? പഴയ എ ഐ സി സിയുടെ സതേൺ സോണൽ സെക്രട്ടറി. നേരത്തെ അറിയാം. മാവേലിക്കരക്കാരനാണ്.

സരോജിനിച്ചേച്ചി: നാഗവള്ളി കുറുപ്പേട്ടന്റെ...

ഒ എൻ വി: നാഗവള്ളി കുറുപ്പേട്ടന്റെ കോ ബ്രദർ ആണ്. നമ്മുടെ വേണുവിന്റെ അമ്മേടെ ചേച്ചീടെ ഭർത്താ

വ്. എന്റെ കൂടെ വന്ന പങ്കൻചേട്ടനുണ്ട് ആ ചേട്ടൻ കൊല്ലത്തെ ഒരു പഴയ പത്രപ്രവർത്തകനും അലൈഡ് ബുക്ക് സ്റ്റാൾ എന്ന നമ്മുടെ പുസ്തകങ്ങളൊക്കെ വിൽക്കുന്ന സ്ഥാപനത്തിന്റെ ഉടമസ്ഥനുമാണ്.

എം എ ബേബി : സാറിന്റെ ഒരു പുസ്തകം പ്രസിദ്ധീകരിച്ചിട്ടുണ്ട് എന്ന് തോന്നുന്നു.

ഒ എൻ വി : അതെ, ഒരു ക്രിസ്ത്യൻ ലേഡിയെയാണ് വിവാഹം ചെയ്തത്. ആ വീട്ടിൽ ഞങ്ങളൊക്കെ താമസിച്ചിട്ടുണ്ട്. പങ്കൻചേട്ടനുമുണ്ട്. പങ്കൻ ചേട്ടന് ചെല്ലപ്പൻപിള്ളച്ചേട്ടനെ നന്നായിട്ട് അറിയാം. എന്താ ചെയ്ക? ഇങ്ങനെയൊക്കെ തുടങ്ങിയാ എങ്ങനെയാ എന്നൊക്കെ പറഞ്ഞു. പങ്കൻചേട്ടൻ 'ഒരു കാര്യം ചെയ്യൂ.. വാ' ഉടനെ തന്നെ ടാക്സി വിളിച്ച് രാജ്ഭവനിൽ ചെല്ലുന്നു. അപ്പോൾ ഈ എ ഐ സി സിയുടെ സോണൽ സെക്രട്ടറി ചെല്ലുന്നു എന്നു പറഞ്ഞാൽ ഒരു ആദരവുണ്ട്. എന്നെ വിളിച്ചുകൊണ്ട് ഇദ്ദേഹം ഓഫീസിൽ ചെന്ന് അവിടെയിരുന്നുകൊണ്ട് ടെലിഫോണിൽ കോൺടാക്റ്റ് ചെയ്തു. നാളെ രാവിലെ 10 മണിക്ക് എ ഡി സി കൃഷ്ണൻ എന്നൊരാളുണ്ട്. ഒരു തെലുങ്കുകാരനാണ്. അയാളെ വന്നു കണ്ടാൽ മതി. അയാൾ ഇവിടെയാ ഇരിക്കുന്നത്. അപ്പോൾ അയാളെ കാണിച്ചുതന്നു. ഇവിടെ

വന്നാൽ മതി. അടുത്ത ദിവസം ചെന്നു. അപ്പോൾ ഗവർണർ രാമകൃഷ്ണറാവു,

എം എ ബേബി : രാമകൃഷ്ണറാവു...

ഒ എൻ വി : അതെയതെ. ബി രാമകൃഷ്ണറാവു. അദ്ദേഹത്തിന് സ്വൽപ്പം സാഹിത്യത്തിന്റെ സൂക്കേടൊക്കെയുണ്ട്. അപ്പോൾ ഈ പുരോഗമന സാഹിത്യത്തിന്റെ ബാക്ക് ഗ്രൗണ്ട് എല്ലാം പറഞ്ഞിട്ടുണ്ട്. അദ്ദേഹം ഇതൊന്നും മൈന്റ് ചെയ്യാതെ "ഗ്രീക്ക് ട്രാജഡീസ് മലയാളത്തിലുണ്ടോ?" എന്നാണ് ആദ്യം ചോദിച്ചത്. ഞാനെല്ലാം പറഞ്ഞുകൊടുത്തു. ഇന്നഇന്ന ആളുകളൊക്കെ എഴുതിയിട്ടുണ്ട്. "അപ്പോൾ പുസ്തകമൊക്കെ എഴുതിയിട്ടുണ്ട് അല്ലേ?" ഞാൻ പറഞ്ഞു. "അതെ ഉണ്ട്. കവിത എഴുതിയിട്ടുണ്ട്." "ശരി." "നിങ്ങൾ പൊയ്ക്കോ" എന്നു പറഞ്ഞു. നിഷ്പക്ഷമായിട്ട് വീണ്ടും ഒരന്വേഷണം നടത്തി വ്യക്തിപരമായ നിലയ്ക്ക് യാതൊരു കേസുമില്ലെങ്കിൽ നിയമിക്കേണ്ടതാണെന്നു പറഞ്ഞുകൊണ്ട് അദ്ദേഹം ഒരു കത്ത് ചീഫ് സെക്രട്ടറിക്ക് നോട്ടിട്ടു. എന്തെഴുതി എന്ന് എനിക്കറിയില്ല എന്തായാലും നിഷ്പക്ഷമായി അന്വേഷിക്കണം. അവിടെ കൊല്ലത്തെ വാസുപിള്ള എന്നൊരുത്തനാണ് ഇതിന്റെയെല്ലാം അന്ത്യവാക്ക്. ഐ ഡി വാസുപിള്ള..

എം എ ബേബി : നൊട്ടോറിയസാണ്.

ഒ എൻ വി : അറിയാമല്ലോ. നമ്മുടെ കൂടെ ഊണുകഴിക്കാൻ കയറും ഹോട്ടലിൽ. നമ്മൾ പരസ്പരം എന്തൊക്കെ പറയുന്നു എന്നു കേൾക്കും. അങ്ങനെ പുതുശ്ശേരി രാമചന്ദ്രൻ ഒരിക്കൽ ഒരു മണ്ടത്തരം പറഞ്ഞതിനാണ് അദ്ദേഹത്തെ കൊണ്ടുപോയി ഇടിച്ചത്. ഐ ഡി വാസുപിള്ള പിറകിലിരുന്ന് ഉണ്ണുകയാണ്, നമ്മളെ ഓവർഹിയർ ചെയ്യാൻ. അപ്പോൾ അയാൾ ഐ ഡി വാസുപിള്ളയുടെ വാക്കുവച്ചിട്ടാണ് ഇതു തള്ളിയത്. ഉടനെ തന്നെ ഐ ജി ചന്ദ്രശേഖരൻ നായർക്കാണ് ഇതു പോയത്. ഐ ജി ചന്ദ്രശേഖരൻനായർ ആദ്യം സബ് ഇൻസ്പെക്ടറായി കൊല്ലത്തു വരുമ്പോൾ എന്റെ അച്ഛൻ അവിടെ വലിയ പ്രമാണിയാണ്. അന്ന് സബ് ഇൻസ്പെക്ടറായി വരുന്നവരൊക്കെ പ്രമാണിമാരുടെ വീട് സന്ദർശിക്കുന്ന പതിവുണ്ടല്ലോ. അങ്ങനെ വന്നിട്ടുണ്ട്. എന്നെയും അച്ഛനെയുമൊക്കെ നന്നായി അറിയാം. അപ്പോൾ എൻ ഗോപാലപിള്ള സാർ വിളിച്ചു ചോദിച്ചു: "ഇതെന്താ നമ്മുടെയീ കൊച്ചുങ്ങളെയൊക്കെ തള്ളി

ക്കളഞ്ഞാലോ." എന്നൊക്കെപ്പറഞ്ഞ് എൻ ഗോപാലപിള്ള സാറിന്റെ ഒരു വർത്തമാനം ഉണ്ടായെന്നുകേട്ടു, ഐ ജി ചന്ദ്രശേഖരൻനായർ എഴുതി. പ്രത്യേകിച്ച് പൊളിറ്റിക്കൽ ആക്ടിവിറ്റീസിനൊന്നും ശിക്ഷിക്കപ്പെട്ടതായി രേഖകളൊന്നുമില്ലായെന്ന്. അതു കിട്ടിക്കഴിഞ്ഞപ്പോൾ കേരളവർമ്മയ്ക്കു സുഖമായില്ലേ. കേരളവർമ്മ അപ്പോയ്മെന്റ് ഓർഡറിട്ടു. പക്ഷേ ഒരു കോൺടിനെന്റൽ ഫ്ളൂ വന്നതുകൊണ്ട് റീ ഓപ്പണിങ്ങ് ഡേറ്റ് എന്ന് ആരോ പാരവച്ചു. സാധാരണ റീ ഓപ്പണിങ് ഡേറ്റ് ജൂൺ 1 ആണ്. പക്ഷേ, ഈ കോൺടിനെന്റൽ ഫ്ളൂ വന്നപ്പോൾ ജൂൺ 16 ആയി.

എം എ ബേബി : സീനിയോറിറ്റി അത്രയും പോയി.

ഒ എൻ വി : അതെ. സീനിയോറിറ്റി പോയി. എല്ലാം പോയി. അതു പോട്ടെ. എന്നാലും കിട്ടിയല്ലോ. കോൺടിനെന്റൽ ഫ്ളൂ വന്നപ്പോൾ എ കെ ജി ഫ്ളൂ പിടിച്ച് കിടക്കുകയാണ്. ഞാൻ എ കെ ജി യെ കാണാൻ പോയി. വാതിൽക്കൽ എത്തിയപ്പോൾ തന്നെ എ കെ ജി "ങ്ങാ. മതി അവിടെ നിന്നാൽ മതി. ഇങ്ങോട്ടു വരണ്ട" ഞാൻ പറഞ്ഞു. "ജോയിൻ ചെയ്യാൻ പോവുകയാണ് കോളേജിൽ" "നമുക്ക് എല്ലാ രംഗത്തും ആളു വേണം. നിങ്ങളുപോയി ജോയിൻ ചെയ്യ്. അസ്സലായിട്ട് പിള്ളാരെ പഠിപ്പിക്ക്." അവിടുന്ന് ഇറങ്ങിയാണ് മഹാരാജാസ് കോളേജിൽ പോകുന്നത്. അതാണ് അതിന്റെ കഥ.

എം എ ബേബി : അതിനുശേഷം പിന്നെയും 1960 ൽ പട്ടത്തിന്റെ നേതൃത്വത്തിലുള്ള പുതിയ ഗവൺമെന്റ് വന്നുകഴിഞ്ഞപ്പോൾ ഈ കമ്യൂണിസ്റ്റുകാരൊക്കെ പലരും അധ്യാപകരായിട്ട് കേറിക്കൂടിയിട്ടുണ്ട്, ഗവൺമെന്റ് കോളേജുകളിൽ.

ഒ എൻ വി : അധ്യാപകർ മാത്രമല്ല, ഗവൺമെന്റ് സർവീസിലും. മലയാറ്റൂർ രാമകൃഷ്ണൻ, ഞാൻ എൻ മോഹനൻ തുടങ്ങി.

എം എ ബേബി : അവരെയൊക്കെ പിരിച്ചുവിടണമെന്ന് പറഞ്ഞ് ഒരു മൂവ്മെന്റ് ഉണ്ടായി. അതിനെക്കുറിച്ച് ജനാധിപത്യബോധമുള്ള ചില കോൺഗ്രസ് നേതാക്കന്മാർ തന്നെ പിന്നെ അത് ഒട്ടും അഭിലഷണീയമല്ല എന്ന ഒരു നിലപാടെടുത്തു എന്ന് ഞാൻ കേട്ടിട്ടുണ്ട്. ഒ എൻ വി സാറിന് എന്തെങ്കിലും....

ഒ എൻ വി : താണുപിള്ള സാറാണ് അതിൽ വലിയ അസഹ്യത പ്രകടിപ്പിച്ചത്. അന്ന് അദ്ദേഹം മുഖ്യമന്ത്രിയാണ്. അപ്പോൾ ആർ ശങ്കർ ഞാൻ മുമ്പു പഠിച്ചിരുന്ന ഒരു

കോളേജിന്റെ മാനേജരും കൂടിയായിരുന്നല്ലോ. ആർ ശങ്കർ കൊല്ലം എസ് എൻ കോളേജിന്റെ...

എം എ ബേബി : കൊല്ലം എസ് എൻ...

ഒ എൻ വി : പിന്നെ അദ്ദേഹത്തിന് എന്നെ അറിയാം. അദ്ദേഹം പറഞ്ഞു: "മിസ്റ്റർ താണുപിള്ളേ" അങ്ങനെയാണ് അദ്ദേഹത്തിന്റെ വിളി "ഇവരൊക്കെ, ഈ ഒ എൻ വിയും മലയാറ്റൂരും ഈ ലിസ്റ്റിലുള്ള പി കെ ഗോപാലകൃഷ്ണൻ, ഒരുപാട് പേരുണ്ട്. ഇവരൊക്കെ കമ്യൂണിസ്റ്റ് പാർട്ടീടെ ഫുൾടൈം വർക്കേർസ് ആയിരുന്നു ഒരുകാലത്ത്. അവിടുന്ന് ഇപ്പോൾ പകൽ മുഴുവൻ എന്തായാലും നമ്മുടെ വർക്കേഴ്സ്. അതുകഴിഞ്ഞ് രാത്രിയിൽ എങ്ങാനും പോയി വല്ലതും പലതും ചെയ്യുന്നുണ്ടായിരിക്കും. നമുക്ക് അതറിയേണ്ട ആവശ്യമില്ല. അല്ലാ, ഇവരെയൊക്കെ തന്നെ ഫുൾടൈം വർക്കേഴ്സ് ആയിട്ട് കമ്യൂണിസ്റ്റ് പാർട്ടിയിലേക്ക് അയക്കണമെങ്കിൽ.. ഇത്തിരി കഴിവും വിവരവുമുള്ളവരാണ് കേട്ടോ." അപ്പോൾ മന്ത്രിസഭ അത് വേണ്ട എന്നു തീരുമാനിച്ചു. അതാണ് കഥ.

ഒ എൻ വി : അതെ. ഇവരെയെല്ലാം ഫുൾടൈം ആയിട്ട് വേണമെങ്കിൽ കമ്യൂണിസ്റ്റ് പാർട്ടിയിലേക്ക് വീണ്ടും അയക്കാം. അതു വേണോ? കുറച്ച് കഴിവ് ഒക്കെയുള്ള ആൾക്കാരാണ് അവർ എന്നുപറഞ്ഞു. അത് ആർ ശങ്കറിന്റെ ജനാധിപത്യബോധമോ അല്ലെങ്കിൽ

എന്താ പറയാ, ഒരു കോമൺസെൻസോ പിന്നെ നമ്മളോടൊക്കെയുള്ള ഒരു .... അറിയാവുന്നതിന്റെ പേരിലൊരു സ്നേഹമുണ്ടല്ലോ അതാണെന്ന് ഞാൻ വിചാരിക്കുന്നു. അത് വളരെ ആധികാരികമായിട്ട് ആ മന്ത്രിസഭയിലെ ഒരാൾ പിന്നീടു പറഞ്ഞാണ് അറിഞ്ഞത്.

എം എ ബേബി : നമ്മുടെ പ്രിയപ്പെട്ട കവി ഒ എൻ വി സാറും, ഒ എൻ വി സാറിന് ഏറ്റവും പ്രിയപ്പെട്ട, അതുകൊണ്ടുതന്നെ മലയാളികൾക്കെല്ലാം പ്രിയപ്പെട്ട നമ്മുടെ ചേച്ചി, സരോജിനി ചേച്ചിയുമായിട്ട് നമ്മൾ കുറെ സമയം സംസാരിക്കുകയായിരുന്നു. ഒ എൻ വി സാറ് സെപ്തംബർമാസമാണ് ജ്ഞാനപീഠം പുരസ്കാരം ലഭിച്ചതിന്റെ സന്തോഷം നമ്മളുമായി പങ്കിട്ടത്. അതിന് ഒരു മാസം പിറകിൽ സാറിന്റെ ഏറ്റവും പുതിയ കൃതി *ദിനാന്തം* നമുക്ക് ലഭിച്ചു. 25 ഖണ്ഡങ്ങളായിട്ട് ഉള്ളതാണ്, ചെറു ഖണ്ഡങ്ങളായിട്ടുള്ളതാണ് *ദിനാന്തം.* അതിന്റെ അവസാനഭാഗം, *ദിനാന്തത്തിന്റെ* അവസാനഖണ്ഡം,

'വാഴ്‌വിന്റെ പുസ്തകമാകെ പകർത്തുവാ
നാവില്ലെനിക്കിതപൂർണമായ് നിർത്തുന്നു
എന്നു പറഞ്ഞുകൊണ്ടാണ്.
"ഏതീരടി ചൊല്ലി നിർത്തണ
മെന്നറിയാതെ ഞാനെന്തിനോ
കാതോർത്തു നിൽക്കവേ

നിശ്ശബ്ദരാക്കപ്പെടുന്ന മനുഷ്യർ തൻ
ശബ്ദങ്ങൾ എങ്ങുനിന്നൊക്കെയോ കേൾക്കുന്നു:
നമ്മൾ ജയിക്കും ജയിക്കും ഒരു ദിനം
"നമ്മൾ ഒറ്റയ്ക്കല്ല നമ്മളാണീ ഭൂമി"

എന്ന ഒരുപക്ഷേ ഒരു സർഗാത്മക പ്രതിഭയ്ക്ക് പ്രപഞ്ചത്തോട് പറയാനുള്ള ആശയങ്ങൾ മുഴുവൻ ഈ വരികളിൽ സംഭരിച്ചിരിക്കുകയാണെന്ന് വേണമെങ്കിൽ എനിക്ക് പറയാൻ കഴിയും. 'നമ്മളാണീ ഭൂമി' എന്ന ആ പ്രസ്താവനയിൽ ഇല്ലാത്തതൊന്നും ഇല്ല. *മഹാഭാരത*ത്തെക്കുറിച്ച് പറയുന്നത്: "ലോകത്തുള്ളതെല്ലാം *മഹാഭാരത*ത്തിലുണ്ട്. *മഹാഭാരത*ത്തിലില്ലാത്തത് ലോകത്തെവിടെ നോക്കിയാലും കിട്ടില്ല" എന്നാണ്. വ്യാസന്റെ മഹത്വത്തെക്കുറിച്ച് മുമ്പ് പറഞ്ഞു, വ്യാസന്റെ കൈയിൽനിന്ന് വീണതു മാത്രമേ എവിടെയും ഉള്ളൂ എന്ന്. 'വാഴ്‌വിന്റെ പുസ്തകമാകെ പകർത്തുവാൻ ആവില്ലെനിക്ക് എന്ന് ഒ എൻ വി സാറ് പറഞ്ഞെങ്കിലും വാഴ്‌വിന്റെ ഒരുപാട് അനുഭവങ്ങളും അനുഭൂതികളും നമ്മളുമായി ഇനിയും ഒ എൻ വി സാറിന് പങ്കുവയ്ക്കുവാൻ കഴിയും. അത്യാവശ്യം ഇതുപോലെ നമ്മുടെ സ്നേഹത്തിനും നമ്മുടെ സ്വാർഥത്തിനും വേണ്ടി ഒ എൻ വി സാറിനെ വിളിച്ച് സംസാരിക്കുകയും ചില ചടങ്ങുകളിൽ പങ്കെടുപ്പിക്കുകയും ഒക്കെ ചെയ്യുമ്പോൾ സാറിനു നഷ്ടപ്പെടുന്ന സമയങ്ങളും സാറിന് സർഗസൃഷ്ടിക്കായി മാറ്റിവയ്ക്കാൻ കഴിഞ്ഞാൽ അത് സാഹിത്യലോകത്തിന് ഏറ്റവും വിലപ്പെട്ട മുതൽക്കൂട്ടുകളാകും എന്നതിൽ സംശയമില്ല. അദ്ദേഹത്തിന്റെ നാടകഗാനങ്ങളും ചലച്ചിത്രഗാനങ്ങളും യഥാർഥത്തിൽ നാടകകാവ്യങ്ങളും ചലച്ചിത്രകാവ്യങ്ങളുമാണെന്ന് നമ്മൾ കണ്ടുകഴിഞ്ഞു. എന്നാൽ അദ്ദേഹം ഏറ്റവും പുതുതായി നമുക്കു തന്ന *ദിനാന്തം* അദ്ദേഹം ഇതുവരെയെഴുതിയ എല്ലാ മഹത്തായ രചനകളുടെയും സാരാംശം ഉൾക്കൊണ്ടുള്ള ഒരു മഹത്തായ രചനയാണ്. ഒരുപക്ഷേ അത് ടാഗോറിന്റെ *ഗീതാഞ്ജലി* ഇംഗ്ലീഷിലേക്കു പരിഭാഷപ്പെടുത്തി പാശ്ചാത്യലോകത്തിന് സമർപ്പിച്ചപോലെ *ദിനാന്തം* ഇംഗ്ലീഷിലേക്കു പരിഭാഷപ്പെടുത്തുന്നുണ്ടെന്നാണ് ഞാൻ മനസിലാക്കുന്നത്. അത് വേണ്ടവിധം ലോകത്തിന്റെ ശ്രദ്ധയിൽ വന്നാൽ ഇന്ത്യയിൽ ഒ എൻ വി സാറിന് ലഭിച്ച അംഗീകാരത്തിനപ്പുറം ലോകസാഹിത്യത്തിൽ ഏറ്റവും മഹത്തായ അംഗീകാരങ്ങളും ലഭിക്കാൻ അർഹതയുള്ള

രചനയാണ്. നിങ്ങളിൽ പലർക്കും ഒപ്പം എന്റെയും മോഹം അതാണ്. അത് വെറുതെ മോഹിക്കുവാനുള്ള മോഹമല്ല നടക്കണം. *ദിനാന്തം* ഒ എൻ വി സാറിന്റെ ഏറ്റവും മഹത്തായ കൃതിയായി നമ്മൾ എല്ലാം കരുതുന്നുവെങ്കിൽ അതിനേക്കാളും മഹത്തായ കൃതി എഴുതാനുള്ള തയാറെടുപ്പിലാണ്, ഒ എൻ വി സാറ്, മുണ്ടശ്ശേരി മാഷ് ഒ എൻ വി സാറിന് 25 വയസുള്ളപ്പോൾ പറഞ്ഞത്. അത് അദ്ദേഹം അദ്ദേഹത്തിന്റെ ജീവിതത്തിലെ ഒരു വ്രതംപോലെ ആയുസ്സിൽ ചെയ്തു തീർക്കേണ്ട ജോലികൾ അദ്ദേഹം ഓരോ പതിറ്റാണ്ടിലും ചെയ്തിട്ടുണ്ടെന്നാണ്. ഇനി ഒരുപാട് പതിറ്റാണ്ടുകളുടെ സർഗകർമത്തിന് ഒ എൻ വി സാറിന് ആരോഗ്യവും സ്വസ്ഥതയും ഉണ്ടാവട്ടെയെന്ന് ആശംസിക്കുന്നു. നിങ്ങൾക്കെല്ലാവർക്കുംവേണ്ടി ഒ എൻ വി സാറിനും സരോജിനിചേച്ചിക്കും നന്ദി പറയുന്നു.

ഒ എൻ വി : വളരെ വളരെ സന്തോഷം. നന്ദി നമസ്കാരം.

9 789382 328247

Printed by Libri Plureos GmbH in Hamburg,
Germany